പുതുവഴികൾ

Puthuvazhikal

Collection
Kerala State Youth Welfare Board

CHINTHA PUBLISHERS
Thiruvananthapuram

First Edition
March 2023

Published & Typesetting
Chintha Publishers, Thiruvananthapuram

Printed at
Time Offset Printers, Thiruvananthapuram

Cover Design
Vinod Mangoes

Cover Painting
Brian Calvin

ISBN : 978-93-93468-85-7

CO - 3246 / 6411

₹ 220

Email: chinthapublishers@gmail.com
Website: www.chinthapublishers.com

A version is available at National Libraries
Kolkata, Mumbai, Chennai and Delhi

Distribution
DESHABHIMANI BOOKHOUSE
H O Thiruvananthapuram 695035

Branch
Head Office Kunnukuzhi • Statue Thiruvananthapuram
KSRTC Bus Terminal Thampanoor • Saphalyam Complex Thiruvananthapuram
KSRTC Bus Station Alappuzha • KSRTC Bus Station Ernakulam
Machingal Lane Thrissur • IG Road Kozhikode
Mavoor Road Kozhikode • NGO Union Building Kannur
Central Bus Terminal Complex Thavakkara Kannur

പുതുവഴികൾ

കേരള സംസ്ഥാന യുവജനക്ഷേമ ബോർഡ്
സംഘടിപ്പിച്ച സാഹിത്യക്യാമ്പിലെ യുവ എഴുത്തുകാരുടെ
സൃഷ്ടികളുടെ സമാഹാരം

ചിന്ത പബ്ലിഷേഴ്സ്
തിരുവനന്തപുരം-695 035
വില : ₹ 220

ഉള്ളടക്കം

പ്രസാധകക്കുറിപ്പ്

പുതിയ കാലത്തിന്റെ മനുഷ്യാവസ്ഥകളെ ആഴത്തിൽ വിശകലനം ചെയ്യുന്ന കഥകളുടെയും കവിതകളുടെയും സമാഹാരം. പ്രണയം, വിരഹം, ഏകാന്തത, സംഘർഷങ്ങൾ, രതികാമനകൾ എന്നിവയെ സങ്കീർണ്ണതയുടെ ആവരണങ്ങളില്ലാതെ, അതിലളിതമായ തലങ്ങളിൽ വിശകലനം ചെയ്യുന്ന കഥകളും കവിതകളും പുതിയൊരു ഭാവുകത്വത്തെയാണ് അവതരിപ്പിക്കുന്നത്. കഥ/കവിതയെ സംബന്ധിച്ച സാമ്പ്രദായികധാരണകളെ ബോധപൂർവ്വം മറികടക്കുന്നവയാണ് ഈ സമാഹാരത്തിലെ രചനകളോരോന്നും. നിരാശാഭരിതമാകുകയല്ല, പുതുകാലത്തിന്റെ പരിണാമങ്ങളെ ഹാർദ്ദമായി സ്വീകരിക്കുകയെന്ന നിലപാടാണ് *പുതുവഴികൾ* എന്ന സമാഹാരത്തിലെ രചനകളോരോന്നും സ്വീകരിച്ചിരിക്കുന്നത്.

ചിന്ത പബ്ലിഷേഴ്സ്

ആമുഖം

പുതിയ ലോകത്തെയും സമൂഹത്തെയുംകുറിച്ചുള്ള സ്വപ്നങ്ങൾ വിതയ്ക്കുന്ന സാഹിത്യവും കലയുമാണ് ജനകീയ സാഹിത്യവും ജനകീയ കലയും. സമസ്ത ജനതയുമാണ് കലയുടെയും സാഹിത്യത്തിന്റെയും നേരവകാശികൾ. കലയും സാഹിത്യവും കാലത്തെ നിരന്തരം നവീകരിക്കും. സാമ്പ്രദായികമായ ഭാവുകത്വത്തെ അടിമുടി വെല്ലുവിളിച്ചു കൊണ്ട് പുതിയ ആവിഷ്ക്കാരങ്ങൾ ഉയർന്നു വരിക തന്നെ ചെയ്യും. അരികുവൽക്കരിക്കപ്പെട്ട ജീവിതാനുഭവങ്ങൾ വേറിട്ട ഭാവുകത്വം ഉയർത്തിപ്പിടിച്ച് കടന്നു വന്നു കഴിഞ്ഞു. ബഹുസ്വരതയും സംവാദാത്മകതയും തന്നെയാണ് സംസ്കാരത്തിലെ ജനാധിപത്യം. അത്തരം ഇടങ്ങൾ സൃഷ്ടിക്കാനും വികസിപ്പിക്കാനുമാണ് നമ്മൾ ശ്രമിക്കേണ്ടത്. ഈ കാഴ്ചപ്പാടോടെയാണ് കേരള സംസ്ഥാന യുവജനക്ഷേമ ബോർഡ് യുവസാഹിത്യക്യാമ്പുകൾ സംഘടിപ്പിക്കുന്നത്. യുവ സാഹിത്യ പ്രതിഭകളെ പ്രോത്സാഹിപ്പിക്കുന്നതിന്റെ ഭാഗമായാണ് സാഹിത്യക്യാമ്പുകളിൽ പങ്കെടുത്തവരുടെ രചനകൾ പുസ്തകരൂപത്തിൽ പുറത്തിറക്കുവാൻ സംസ്ഥാന യുവജനക്ഷേമ ബോർഡ് തീരുമാനിച്ചത്. 2021-22 കാലയളവിൽ കോഴിക്കോട്, കൊല്ലം ജില്ലകളിലായി സംഘടിപ്പിച്ച സാഹിത്യക്യാമ്പുകളിൽ പങ്കെടുത്തവരുടെ സൃഷ്ടികളാണ് ഈ പുസ്തകത്തിൽ ഉൾപ്പെടുത്തിയിട്ടുള്ളത്. ഈ സൃഷ്ടികൾ പരിശോധിച്ച് പ്രസിദ്ധീകരിക്കാൻ മുന്നോട്ടുവന്ന ചിന്ത പബ്ലിഷേഴ്സിനോടുള്ള കടപ്പാട് ഈ അവസരത്തിൽ രേഖപ്പെടുത്തുന്നു.

പുതുതലമുറയിലെ എഴുത്തുകാരെ പ്രോത്സാഹിപ്പിക്കുന്നതിനായി ഒരു തുടർപ്രവർത്തനമെന്ന നിലയിൽ സംസ്ഥാന യുവജനക്ഷേമ

ബോർഡ് സാഹിത്യക്യാമ്പുകളിലെ രചനകൾ ഉൾപ്പെടുത്തിക്കൊണ്ട് പുസ്തകങ്ങൾ പ്രസിദ്ധീകരിക്കും.

യുവപ്രതിഭകളുടെ സാഹിത്യസൃഷ്ടികൾ ഉൾപ്പെടുത്തി ഏറെ പ്രതീക്ഷയോടെ, യുവജനക്ഷേമ ബോർഡിനുവേണ്ടി ചിന്താ പബ്ലിഷേഴ്സ് പ്രസിദ്ധീകരിക്കുന്ന ഈ പുസ്തകത്തെ ഹൃദയപൂർവ്വം സ്വീകരിക്കണമെന്ന് അഭ്യർത്ഥിക്കുന്നു.

സ്നേഹാദരങ്ങളോടെ,

എസ് സതീഷ്
വൈസ് ചെയർമാൻ,
സംസ്ഥാന യുവജനക്ഷേമബോർഡ്

ഭാഗം ഒന്ന്

കഥകൾ

തുരുത്തുകൾ ബാക്കിയാവുമ്പോൾ

രമ്യ രതീഷ്

ഭൂരുഹത്തിന്റെ വയറു കീറി അതിലെ മജ്ജയും, മാംസവും ശേഖരിച്ച് ടാറിട്ട പാതയിലൂടെ പൊടിപറത്തിവരികയും പോവുകയും ചെയ്യുന്ന ടിപ്പർ ലോറികൾ കണ്ടപ്പോൾ സുഗുണന്റെ കണ്ണുകൾ കലങ്ങി. അതിനു പിറകെ തുമ്പിക്കൈ പോലെ ആട്ടി വരുന്ന ജെ സി ബിയെ കണ്ടപ്പോൾ സൈഡിലേക്ക് ഒന്നുകൂടെ ഒതുങ്ങി മാറിനിന്നു. അതിന്റെ കൈ എങ്ങാൻ തട്ടിയാൽ തീർന്നു. താഴെയുള്ള ആഴമേറിയ കലുങ്കിൽ വീണിട്ടാവും പിന്നെ തന്റെ അന്ത്യം.

നീർച്ചുഴിയുടെ ഗർഭാശയത്തിൽ നിന്ന് കുഴിച്ചെടുക്കുന്ന മണ്ണിനു വേണ്ടിയുള്ള പരക്കം പാച്ചിലാണത്. ഭൂമിയിലെ ജീവജാലങ്ങളുടെയെല്ലാം എത്രയോ സ്വപ്നങ്ങളും പ്രതീക്ഷകളും ആയിരിക്കും അതിന്റെ കൂറ്റൻ ചക്രങ്ങൾക്കു കീഴിൽ പൊലിഞ്ഞു തീർന്നിട്ടുണ്ടാവുക!

ചെഞ്ചായം കലർന്ന പാതയോരങ്ങൾക്കരികിലായി പടർന്നു പന്തലിച്ച ആൽമരവും വാകമരങ്ങളും തലയുയർത്തി നിൽപ്പുണ്ട്. പ്രണയത്തിന്റെയോ, ഭൂമിയുടെ ശോചനീയാവസ്ഥയുടെ നെടുവീർപ്പുകൊണ്ടോ ചുവപ്പുരാശി ചൂടിയ വാകമരം പൂത്തുലഞ്ഞു നിൽക്കുന്നു. പൂജയ്ക്കെടുക്കാത്ത പൂക്കളുമേന്തി നിൽക്കുന്ന വാകമരത്തിലും, ചരിത്രങ്ങൾ പറയുന്ന ആൽമരത്തിനു മേലെയും മാനിഷാദന്റെ കടാക്ഷം വീണിട്ടില്ലാത്തതു കൊണ്ട് തണൽമരമെന്ന പേരു ചൂടി അവ രണ്ടും അവിടെ നിലകൊള്ളുന്നു.

ജീവിതത്തിന്റെ തിരക്കുപിടിച്ച പരക്കംപാച്ചിലിനിടയിൽ പ്രകൃതി അമൂല്യമായി കാത്തുവച്ച പലതിനും കൈമോശം വന്നിരിക്കുന്നു അല്ലെങ്കിൽ നഷ്ടപ്പെടുത്തിയിരിക്കുന്നു. അത് തിരിച്ചുപിടിക്കാനുള്ള പാഴ്ശ്രമം.

അമ്പതു സെന്റ് തരിശ് പാറയാണ് ജീവൻ വെടിയുമ്പോൾ അ

ച്ഛൻ അവനായി കരുതി വച്ചിരുന്ന ഏക സമ്പാദ്യം. ആയ കാലത്ത് ഭൂമിയുടെ ഉള്ളറ തുരന്ന് കൽപ്പണയുടെ സ്മാരകം നിർമ്മിക്കുന്നതിൽ മുൻപന്തിയിൽ ആയിരുന്നു. അമിതമായ പാറപ്പൊടി ശ്വാസനാളത്തിന്റെ കോശജ്വലനത്തിനെ ത്വരിതപ്പെടുത്തുകയും പതിയെ പതിയെ ആസ്ത്മ രോഗിയിലേക്ക് പ്രയാണം ചെയ്യപ്പെടുകയും ചെയ്ത അച്ഛന്റെ മുഖം അവന്റെ മനസ്സിൽ തെളിഞ്ഞു. ആസ്ത്മ മൂർച്ഛിച്ച് തുലാവർഷപ്പെയ്ത്തിൽ പിന്നിത്തുടങ്ങിയ പഴയ ആധാരത്തിന്റെ കെട്ടെടുത്ത് കൈയിൽ വച്ചുകൊടുക്കുമ്പോൾ അച്ഛൻ പറഞ്ഞു.

"നമ്മുടെ തരിശുനിലത്തിന്റെ ആധാരാ ഇത്! എന്താന്ന് വെച്ചാ നോക്കീം കണ്ടും ചെയ്തോളീ... ഇതല്ലാതെ നെനക്കു തരാൻ ന്റെ കയ്യിൽ ഒന്നുല്ല്യ." അത് കൈയേൽക്കുമ്പോൾ അവന്റെ മനസ്സു നിറയെ ആധി ആയിരുന്നു. കുടുംബത്തിന്റെ തണൽമരം നഷ്ടപ്പെട്ടതിനു ശേഷമാണ് ജീവിതത്തിന്റെ പച്ചപ്പ് തേടി ഇറങ്ങാൻ തീരുമാനിച്ചത്.

കൈയിലുള്ള നാട്യശാസ്ത്രത്തിന്റെ അഹങ്കാരത്തിൽ നാട്ടിൽ തന്നെ ഒരു കലാക്ഷേത്രം തുടങ്ങുകയും അതിലൂടെ അമ്മയ്ക്കും അമ്മൂമ്മയ്ക്കും പ്രായമായ അനിയത്തിമാർക്കും ഒരു നെടുംതൂണായി മാറാൻ അവന് അധികം താമസം നേരിടേണ്ടി വന്നില്ല.

ഇടിവെട്ടേറ്റവനെ പാമ്പുകടിച്ചു എന്ന് പറഞ്ഞപോലെ ലോകം മൊത്തം പടർന്ന കൊറോണ അവന്റെ ജീവിതത്തിലും കരിനിഴൽ വീഴ്ത്തി. സമൂഹ വ്യാപനം തടയുന്നതിന്റെ ഫലമായി, സ്കൂളുകളും കലാകേന്ദ്രങ്ങളും മറ്റും അടച്ചിടലിലേക്ക് വഴിമാറി. ജീവിതത്തിൽ നിന്ന് ഒഴിയാനോ ഉൾക്കൊള്ളാനോ കഴിയാത്ത നിസ്സഹായതയുടെ പ്രതിസന്ധി! അതോർത്തപ്പോൾ സുഗുണന്റെ ഉള്ളൊന്നാളി. എത്രനാൾ അവനു പിടിച്ചു നിൽക്കാനാകും? എല്ലാ വിരുദ്ധ ശക്തികളും കൂടെ അവനെ വൈതരണിക്കളത്തിലേക്ക് വലിച്ചെറിഞ്ഞതുപോലെ?

ജീവിതമാകെ ദുരിതക്കയത്തിലേക്ക് വഴിമാറി. ഒരു ജോലിക്ക് പലരുടെയും മുന്നിൽ ഓച്ഛാനിച്ച് നിൽക്കേണ്ടിവരുന്ന ഹതഭാഗ്യന്റെ നിഴൽ ചിത്രം. രാവുകളിൽ മേൽക്കൂരയില്ലാത്ത വാനം നോക്കി കിടക്കുമ്പോൾ അനിയത്തി കുട്ടികൾ മുന്നോട്ട് വെച്ചൊരുകാര്യം. അമ്പത് സെന്റ്!!

"പാറപ്പുറത്ത് കൊറച്ച് മണ്ണെറക്കിയാ... നമ്മക്കത് നല്ല ഒന്നാന്തരം കൃഷിഭൂമിയാക്കി എടുത്തൂടെ ഏട്ടാ...?" പ്രതീക്ഷ ജ്വലിക്കുന്ന ചോദ്യം. ഉത്തരം പറയാതെ നെടുനീളൻ ചിന്തയിൽ ഏർപ്പെട്ടു.

അന്ന് കിട്ടിയ തരിശുനിലത്തെ ഒന്നും ചെയ്യാതെ വച്ചിരിക്കുകയായിരുന്നു. അതുകണ്ട് ഉറ്റവരും സുഹൃത്തുക്കളും ആവതും പറഞ്ഞു. കല്പണിക്ക് വിട്ട് കൊടുക്കെന്ന്. ആരുടെയും വാക്ക് കേട്ടില്ല! ഉള്ളിലൊരു കമ്യൂണിസ്റ്റുകാരൻ തലയുയർത്തി നിൽക്കുന്നതുകൊണ്ടാവാം!

അങ്ങനെ അവന്റെ നിലത്തെ ഹരിതാഭമാക്കാൻ മറ്റു പലരുടെയും ഭൂമിയുടെ ഗർഭാശയം തുരന്ന് മണ്ണെടുപ്പ് തുടങ്ങി. അവിടേക്കാണ് ടിപ്പറുകൾ ശ്വാസംമുട്ടി വലിഞ്ഞ് വലിഞ്ഞെത്തി മണ്ണിറക്കി പോകുന്നത്.

കുളം പോലെ വിശാലമായ പാറക്കുഴിയിലാണ് അവനാദ്യം മണ്ണ് നിക്ഷേപിക്കാൻ പറഞ്ഞത്. മഴ നിൽക്കുന്ന സമയത്ത് വെള്ള സംഭരണി പോലെ അതിൽ നിറയെ വെള്ളം കെട്ടിക്കിടപ്പുണ്ടാവും. പണയിലെ പണികഴിഞ്ഞ് വരുന്നവർ അവിടെ നിന്നാണ് അലക്കും കുളിയും. കുഴിയിൽ ഓരോ തരിമണ്ണും വന്ന് വീഴുന്നത് കണ്ടപ്പോൾ നാട്ടാര് അഭിപ്രായം പറയാൻ തുടങ്ങി.

"നെന്റെ തലക്കെന്നാ സുണാ ഓളം ഇണ്ടാ... ഈ കരിമ്പാറ പൊർത്ത് മണ്ണേർക്കി കനകമണികൾ വെളയിക്കാൻ! നല്ല പൂതിയന്നെ!"

സുഗുണൻ ആരോടും, കയർക്കാനോ അഭിപ്രായം പറയുന്നവരെ നിരുത്സാഹപ്പെടുത്താനോ നിന്നില്ല. ഭൂമിയുടെ മാറിൽ കുഴൽക്കിണർ കുത്തി ജലത്തിനുള്ള വഴി കണ്ടെത്തി പുളിരസമുള്ള മണ്ണിൽ കുമ്മായപ്പൊടി വിതറി, ജെ സി ബി വെച്ച് മണ്ണ് നിരപ്പാക്കി ചാല് വെട്ടി. അമ്മയും അനിയത്തിമാരും കൃഷിയിടത്തിലെല്ലാം ഉറ്റ തുണയായി.

ദീർഘനാളത്തെ കഠിനമായ അദ്ധ്വാനത്തിനും പ്രതീക്ഷാനിർഭരമായ കാത്തിരിപ്പിനും ഒടുവിൽ വിയർപ്പിന്റെ വിലയായി കനകമണികൾ വിളഞ്ഞ് വിളനിലം സ്വർണ്ണാഭമായി!! ഉറ്റവരും നാട്ടുകാരും മൂക്കത്ത് വിരൽ ചേർത്തു.

കൃഷി അവന് അനുഗ്രഹം ചൊരിഞ്ഞു. പെങ്ങന്മാരെ നല്ല നിലയിൽ കെട്ടിച്ചയച്ചു. അമ്മയുടെ മരണത്തോടെ കറ്റ കൂട്ടാനും മെതിക്കാനും ഉണക്കാനും നിലം തല്ലി നിരപ്പാക്കി ചാണകം മെഴുകിയ കളത്തിലിരുന്ന് ജീവിതത്തെക്കുറിച്ച് അതിരില്ലാത്ത സ്വപ്നങ്ങൾ കാണാനും

അവന് തുണയായും ഇണയായും സീതമ്മ വന്നു.

രണ്ടാം കൃഷിക്ക് ഒരുക്കങ്ങൾ നടത്തുന്നിതിനിടയിൽ വീണ്ടും കൊറോണ ശക്തി പ്രാപിക്കുന്നുവെന്ന വാർത്ത! ന്യൂസ് ചാനലും പത്രത്തിന്റെ മുൻ പേജും കൈയടക്കാൻ തുടങ്ങിയത് കണ്ണിലുടക്കി.

കഴിഞ്ഞ ഇതേവർഷം അവന്റെ മനസ്സിൽ തെളിഞ്ഞു.

'പൊന്നു വിളയുന്ന മണ്ണിനും മണ്ണിലദ്ധ്വാനിക്കുന്ന മനുഷ്യനും കടലാസുവില പോലുമില്ലാത്ത ഒരു ദുരിതകാലത്തിന്റെ കടന്നുവരവാണ് വരാൻ പോകുന്ന'തെന്ന് അവന്റെ മനസ്സ് മന്ത്രിച്ചു.

തരിശായി കിടക്കുന്ന ഭൂമിയെല്ലാം അവൻ പാട്ടത്തിനെടുത്തു. തുടക്കത്തിൽ നിരുത്സാഹത്തിന്റെ പട്ടം ചാർത്തിക്കൊടുത്തവർ. അവനോട് ചേരാൻ മത്സരിക്കാൻ തുടങ്ങി. വരാൻ പോകുന്ന കെട്ട കാലത്തിനെ പ്രതിരോധിക്കാൻ അന്യം നിന്നുപോകുന്ന കാർഷികവൃത്തി നെഞ്ചോട് ചേർക്കണമെന്ന് അപ്പോഴേക്കും അവർക്കും തോന്നിത്തുടങ്ങിയിരുന്നു.

പൊൻകതിരുകൾ കാറ്റത്താടുന്നതു കണ്ട് അവർ എല്ലാ വിഷമവും മറന്നു. 'ഇവിടെ വിളയുന്നത് നെല്ലല്ല ഞങ്ങളുടെ സ്വപ്നങ്ങളാ...ജീവിത സ്വപ്നങ്ങൾ" എന്ന് പറഞ്ഞ് അവർ സുഗുണനെ കെട്ടിപ്പിടിച്ചു.

കൽപ്പണകളുടെ ശവപ്പറമ്പിൽ ഉയരുന്ന കൊടും വെയിലിന്റെ ചൂടേ

റ്റിട്ടോ ഉള്ളിലുള്ള സന്തോഷാഗ്നിയുടെ ബാഷ്പകണങ്ങൾ സാന്ദ്രീകരിച്ചിട്ടോ എന്നറിയില്ല സുഗുണന്റെ കണ്ണുകൾ സജലങ്ങളായി. തലയിൽ കെട്ടിയ തോർത്തെടുത്ത് സുഗുണൻ കണ്ണു തുടച്ച് ചുറ്റിലും നോക്കി.

കറുത്ത കരിമ്പാറ കെട്ടുകളെല്ലാം! കണ്ണെത്താ ദൂരത്തോളം പച്ച പരവതാനി വിരിച്ചതുപോലെ നെൽപ്പാടങ്ങൾ നിറഞ്ഞ പച്ചത്തുരുത്തുകൾ മാത്രമായി മാറിയിരിക്കുന്നു.

ഉദയസൂര്യന്റെ ചുംബനത്താൽ തിളങ്ങിയാടുന്ന കതിർക്കുലകൾ കൊയ്യേണ്ട സമയമായിരിക്കുന്നു. നാട്ടിലെ കർഷക പ്രേമികളോടൊക്കെ സുഗുണൻ ഓടി നടന്നു ചോദിച്ചു, കൊയ്ത്തിന് വരാമോന്ന്. പലർക്കും തിരക്ക് തന്നെ, ഇടതടവിട്ടുള്ള മഴ കാണുമ്പോൾ സുഗുണന്റെ നെഞ്ച് പൊടിഞ്ഞു. മഴ കനക്കനെ പെയ്താൽ കൃഷിയെല്ലാം വെള്ളത്തിലാകും. തന്നെ വിശ്വസിച്ച് കൂടെ ഇറങ്ങിയവരുടെ കാര്യംകൂടി കഷ്ടത്തിലാകും. പലതും ചിന്തിച്ച് മനമുരുകിയാണ് വായനശാലയിൽ ചെന്നു കയറിയത്.

വായനശാലയിലെ പൊടിപിടിച്ച മാസിക വെറുതെ മറിച്ചു നോക്കുമ്പോഴാണ് അവന്റെ ദൃഷ്ടിയിൽ ആ പരസ്യം പതിഞ്ഞത് കൊയ്ത്ത് യന്ത്രം! മണിക്കൂറുകൾ കൊണ്ട് നെല്ലും വൈക്കോലും വേർതിരിക്കുന്ന ആ വിശിഷ്ടയന്ത്രത്തെ കുറിച്ചോർത്ത് മനോരാജ്യത്തിൽപ്പെട്ടപ്പോഴാണ് ലൈബ്രറിയുടെ സെക്രട്ടറി മനോജ് വന്നത്.

"അല്ലാ.. സുണാട്ടാ നിങ്ങയിന്ന് നേരത്തെ വന്നാ!"

മറുപടിയില്ലാതെ തല കുമ്പിട്ടിരിക്കുന്ന സുഗുണന്റെ തോളിൽ മനോജ് കയ്യമർത്തി.

"എന്തു പറ്റി?"

"ഒന്നുല്ലടാ.."

"അതൊന്നും അല്ല എന്തോ ഇണ്ട്." അവൻ വിടാൻ ഭാവമില്ല. അവസാനം മാസികയിലെ പരസ്യം അവനു മുന്നിൽ വെളിവാക്കി. മനോജ് അതൊന്ന് ഓടിച്ചുനോക്കി ചിന്തയിലാണ്ടു.

"കൊയ്യാനൊന്നും ആരേം കിട്ടുന്നില്ല. ഞാനീ വഴി ആലോയിച്ചാലോ എന്ന് വിചാരിക്കുവാ!" മുഖത്തു നോക്കാതെ സുഗുണൻ ചോദ്യമെറിഞ്ഞു.

"അത് നല്ല കാര്യം തന്നെയാന്ന് പക്ഷേ, ഒത്തിരി പൈസയാവൂലേ!"

"അതൊന്നും സാരൂല, നീ ഇവരെയൊന്ന് കോണ്ടാക്റ്റ് ചെയ്ത് തന്നാ ഉപകാരമായേനും." സുഗുണന്റെ ദയനീയ ഭാവത്തിനു മുന്നിൽ മനോജ് ആ നമ്പർ ഡയൽ ചെയ്ത് കാര്യങ്ങൾ അന്വേഷിച്ചു..

കൊട്ടും കുരവയുമായി അങ്ങനെ കൊയ്ത്ത് യന്ത്രം സുഗുണന്റെയും, സുഹൃത്തുകളുടെയും കൃഷി നിലത്തിലേക്ക് എത്തി. തലേന്നാൾ വരെ വിതുമ്പി കരഞ്ഞുകൊണ്ടിരുന്ന മഴയ്ക്ക് വന്ന ശാന്തത കണ്ട് സുഗുണൻ ആശ്വാസം കൊണ്ടു.

കരസ്പർശമില്ലാതെ ഒരു യന്ത്രം നെല്ലും വൈക്കോലും വേർതിരിക്കുന്ന കാഴ്ച കാണാൻ ആ നാട്ടിലെ ആൾക്കാരു മുഴുവൻ അവിടെ തടിച്ചുകൂടിയിരുന്നു. കതിരുകളെല്ലാം ഏകദേശം കൊയ്തുകഴിഞ്ഞിരുന്നു. ആവേശത്തിരയോടെ സുഗുണന്റെ നിലത്തിലേക്ക് കൊയ്തുനീങ്ങുന്ന യന്ത്രം പൊടുന്നനെ മണ്ണിൽ പുതഞ്ഞുപോയി. ആവുന്നത്ര ശ്രമിച്ചിട്ടും ഡ്രൈവർക്കതിനെ മുന്നോട്ടോ, പിന്നോട്ടോ ചലിപ്പിക്കാൻ കഴിഞ്ഞില്ല. അസ്വസ്ഥതയോടെ അയാൾ സുഗുണന് നേർക്ക് നോട്ടമെറിഞ്ഞു. സുഗുണനും ആകെ അങ്കലാപ്പിലായി. എന്താണ് പറ്റിയത് ഒരു പിടിയും കിട്ടുന്നില്ല.

അപ്പോഴാണ് വെള്ളിടി പോലെ പാറക്കുളം! മനസ്സിൽ തെളിഞ്ഞത് രായ്ക്കുരാമാനം പെയ്തുലഞ്ഞ മഴയിൽ മണ്ണ് കുഴഞ്ഞ് ചളിയായി തീർന്നിട്ടുണ്ടാവും. അതിലാണ് യന്ത്രം കുടുങ്ങിയിരിക്കുന്നത്

"എന്റെ മുത്തപ്പാ..." ഒരു ആർത്തനാദം സുഗുണന്റെ തൊണ്ടവരെയെത്തി തിരികെപ്പോയി.

പാതിയും താഴ്ന്ന യന്ത്രത്തിൽ നിന്നും ഡ്രൈവർ; പ്രാണരക്ഷാർത്ഥം പുറത്തേക്ക് എടുത്തുചാടി. നോക്കി നോക്കി നിൽക്കെ യന്ത്രത്തിന്റെ എല്ലാ ഭാഗവും ചതുപ്പിലേക്കെന്നപ്പോലെ പൂണ്ടുപോകുന്നതു കണ്ടപ്പോൾ സുഗുണന്റെ കണ്ണുകളിൽ ഇരുട്ടു കയറി. പ്രകൃതിതന്ന ശിക്ഷയാണോ ഇത്, തായ്‌വേര് പോലും ബാക്കി വെക്കാത്ത മട്ടിൽ ഉഴുതെടുത്ത മൃത്തിന്റെ ശാപമാണെന്ന് അവന്റെ ഉള്ളം മന്ത്രിച്ചുകൊണ്ടിരുന്നു.

കർമ്മഫലം ദുരന്തമായി തിരിഞ്ഞു കൊത്തുകയാണോ!?

ഭൂമിയിൽനിന്നും തുരന്നെടുത്ത് അവിടെയവിടെ കൂന കൂട്ടിയിരുന്ന മൺകൂനകളെല്ലാം തുരുത്തുപോലെ തന്നെനോക്കി പല്ലിളിക്കുകയാണെന്ന് അവന് തോന്നി.

ഒരു ആശ്വാസം തേടി ചുറ്റിലും മിഴി പരതുമ്പോഴേക്കും കാലുകൾ കുഴഞ്ഞവൻ നനഞ്ഞ മണ്ണിലേക്ക് തളർന്ന് ഊർന്നു. ജീവന്റെ അവസാനത്തെ സ്പന്ദനവും ഭൂമിയോട് ചേരുന്നതും ചുറ്റിലും ആളുകൾ കൂടുന്നതും അറിയാതെ മോക്ഷം തേടുന്നതുപോലെ അവന്റെ കരങ്ങളപ്പോൾ ധരണിയെ അള്ളിപ്പിടിച്ച് തുടങ്ങിയിരുന്നു.

ഇറച്ചി വില്ക്കപ്പെടുന്ന ചന്ത

ഹരിത എച്ച്

ചക്രവാളങ്ങളിൽ നോക്കി യാത്രാമൊഴി ചൊല്ലി പോകാനുള്ള തിരക്കിലാണ്. അനിതര സാധാരണമായ വിമ്മിട്ടത്തിന്റെ അലയടികളിൽ വീണുകുതിർന്ന കറുത്ത നോവ് എന്നെ ഉറ്റുനോക്കിക്കൊണ്ടിരുന്നു. ഏറ്റവും നല്ല വൈദ്യൻ കാലമാണ്. കാലത്തിനു ഭേദമാക്കാൻ സാധിക്കാത്ത മുറിവുകളുണ്ടോ എന്ന സംശയത്തിൽ ഞാൻ മുന്നോട്ട് നടന്നു. എവിടെ എങ്ങോട്ട് പോകണമെന്ന് കൃത്യം അറിയില്ല. അരിയിട്ട് തിളപ്പിച്ച വെള്ളം കുടിക്കാനായി ഒരു ജോലി ശരിപ്പെടുത്തണം. മരിച്ച കുഞ്ഞുങ്ങളുടെ ചിത്ര വില്പനക്കടയിലായിരുന്നു ജോലി. എന്റെ കുഞ്ഞിന്റെ ചിത്രം വരയ്ക്കാൻ ക്യാൻവാസ് ശരിപ്പെടുത്തേണ്ടിവന്ന ആ രാത്രിയിൽ ജോലി എന്നെന്നേക്കുമായി വേണ്ടന്നുവച്ചു. എങ്ങനെ, എവിടെവച്ച്, ആര് എന്നൊന്നും അറിയില്ലായിരുന്നു. പൊട്ടക്കിണറ് തേവാനിറങ്ങിയ കുഞ്ഞെൽദോ മറപ്പുരയിൽ അവളെ പിച്ചിച്ചീന്തുന്നത് കണ്ടുവെന്ന് കടത്തുകാരൻ അവറാൻ പറയുന്നതുവരെ. പിന്നീടങ്ങോട്ട് ചിത്രം വരയും നിർത്തി.

ദൂരെ ഒരു ഇറച്ചിച്ചന്ത കാണുന്നുണ്ട്, നല്ല തിരക്കുണ്ട്, പക്ഷേ, ഒരു വ്യത്യാസം, വിൽക്കുന്നത് മനുഷ്യ ഇറച്ചിയാണ്. നടന്നടുക്കുമ്പോൾ ലോറികളിൽ വലിയ കൂടുകളിലാക്കി മനുഷ്യരെ ഇറക്കുന്ന കാഴ്ച തെളിഞ്ഞുവന്നു. കുറെയെണ്ണത്തിനെ ജീവനോടെ ചിലർ വീട്ടിലേക്ക് കൊണ്ടുപോകുന്നത് കാണാം. തുറന്നയിടങ്ങളിൽ ചിലരുടെ നഗ്നത വിൽക്കപ്പെടുന്നുണ്ട്. മറ്റൊരിടത്ത് ചിലർ നഗ്നതയ്ക്കുവേണ്ടിയും. ചിലയിടത്ത് കുറെയെണ്ണത്തിനെ കൈയും കാലും കൂട്ടിക്കെട്ടിയിട്ടിട്ടുണ്ട്. മൂത്തതിനെയും മെരുങ്ങാത്തതിനെയും മൂക്കുകയറിട്ട് വെയിലും മഴയും കൊള്ളത്തക്കവിധം ചളിയിൽ നിർത്തിയിരിക്കുന്നു. എല്ലാം നല്ല കൊഴുത്ത ഇനങ്ങൾ,

നല്ല തടിവച്ച് തൂക്കിവിൽക്കാൻ പാകത്തിനുള്ള കുറെ മാംസളങ്ങൾ. എല്ലാത്തിനും ഹോർമോൺ കുത്തിവയ്പ്പുകൾ നൽകുന്നുണ്ട്. കൊഴുത്താൽ ഒന്നുകിൽ ആരുടെയെങ്കിലും രേതസ്സ് കൊഴുപ്പിക്കാൻ അല്ലെങ്കിൽ രുചി കൂട്ടി മത്തു പിടിപ്പിക്കാൻ. ദേശമെന്യേ ഓരോ വിൽപ്പന ചരക്കുകളെയും ലോറികളിൽ നിന്ന് ഇറക്കുന്നുണ്ട്. പെട്ടെന്നു ഉച്ചത്തിൽ കേട്ട തെറിവിളിയുടെ ഉറവിടം കണ്ടുപിടിക്കാനായി മുന്നോട്ട് നടന്നു. ചന്തയുടെ ഒത്ത നടുക്കുള്ളൊരു കടയാണ്. തെറി മാത്രമല്ല ഉന്തും തള്ളും പിടീം വലീം ഉണ്ടെന്ന് അവിടെ എത്തിയപ്പോൾ മനസ്സിലായി. കണ്ണുകൾ പക്ഷേ, എന്നെ മറ്റൊരിടത്തേക്ക് കൂട്ടിക്കൊണ്ടുപോയി. കടയുടെ മുൻപിൽ വില വിവരപ്പട്ടിക ഒരുക്കിവച്ചിരിക്കുന്നതായി കണ്ടു. വെളുത്ത മനുഷ്യന്റെ കരൾ ഗ്രാമിന് 750 രൂപ 50 പൈസ. കുള്ളൻ മനുഷ്യന്റെ കുടൽ ഗ്രാമിന് 1000 രൂപ. പ്രസവിച്ച പെൺകുട്ടിയുടെ ഗർഭപാത്രം ഗ്രാമിന് 560 രൂപ സി ബി എസ് സി സ്കൂൾ വിദ്യാർത്ഥിയുടെ തലച്ചോറ് കിലോയ്ക്ക് 3500 രൂപ. സാഹിത്യകാരന്റെ കൈക്ക് ഗ്രാമിന് 400 രൂപ. ചുംബിക്കാത്ത ചുണ്ട് ഒരെണ്ണത്തിന് 450 രൂപ. പൊട്ടിക്കപ്പെടാത്ത കന്യാചർമ്മത്തിന് 4000 രൂപ. ഇതിന്റെ വില മാത്രം കുറച്ച് അന്യായമാണെന്ന് എനിക്കു തോന്നി. എനിക്ക് തോന്നിയ അതേ കാര്യം ചോദ്യം ചെയ്തതിനാണ് ഇവിടെ വഴക്കുണ്ടായതെന്ന് അടുത്ത മനുഷ്യനെ വെട്ടാൻ ഊഴം കാത്തു നിന്ന കടയുടമസ്ഥൻ എന്നോട് പറഞ്ഞു.

തെല്ലൊരു അമ്പരപ്പിൽ നിന്ന എന്നോട് അയാൾ ചോദിച്ചു.

"എന്താ വേണ്ടത്?"

"കാണാത്തവന്റെ കണ്ണ് ഒരു ജോഡി, കേൾക്കാത്തവന്റെ ചെവി രണ്ടെണ്ണം, ഉപയോഗിക്കാത്തവന്റെ ലിംഗം നീളം കൂടിയത് ഒന്ന്, സംസാരിക്കാത്തവന്റെ നാവ് ഒന്ന്." ഞാൻ പറഞ്ഞു നിർത്തി.

"ആകെ മൊത്തം 4590 രൂപ 45 പൈസ."

അരിമേടിക്കാനുള്ള പൈസ പോലുമില്ലാത്ത എന്നെ അവർ ആട്ടിപ്പായിച്ചു. തിരിച്ചുനടക്കുന്നതിനിടയ്ക്ക് ഒരു പെൺകുട്ടി വന്ന് ഒരു ബ്രാഹ്മണന്റെ ഇറച്ചി 1 കിലോ എടുത്തേക്കാൻ പറയുന്നതും കടയിൽനിന്ന ബംഗാളിപ്പയ്യൻ കൂട്ടിൽ കിടക്കുന്ന ബ്രാഹ്മണ യുവാവിനെ വെട്ടിനുറുക്കി കൂടിൽ പൊതിഞ്ഞു കൊടുക്കുന്നതും ബ്രാഹ്മണന്റെ തലക്കറിക്ക് നല്ല രുചിയുണ്ടെന്ന് സുഹൃത്തിനോട് പെൺകുട്ടി പറയുന്നതും കേട്ട് ഞാൻ അവിടന്നിറങ്ങി. ഊഴം കാത്തുകിടക്കുന്ന മനുഷ്യരെന്നെ ദയനീയതയോടെ നോക്കി. ചന്തയിലെ കടകൾക്കെല്ലാം ഒരേ ശബ്ദം, ഒരേ നിറം, ഒരേ മണം. നടന്നു നടന്നു ഒടുവിൽ ശവങ്ങളുടെ ഇറച്ചി വില്പനക്കടയിലെത്തി. വാഹനാപകടങ്ങളിലോ ആത്മഹത്യയിലോ മരിച്ചവരുടെ ശവം വിൽക്കുന്ന കട. ഇവിടെ അധികവും പതിനെട്ടു തികയാത്ത കുട്ടികളാണ് ആവശ്യക്കാർ. വെളുത്തു മെലിഞ്ഞ സുന്ദരനായ യുവാവിന്റെ ശരീരം നോക്കി ഒരു പെൺകുട്ടി വിലപേശുന്നു. ഒരു രാത്രീലേക്ക് മാത്രം മതി, തിരികെ എത്തിക്കാമെന്ന് കെഞ്ചുന്നു. ഒടുവിൽ താൻ പറഞ്ഞ

വിലയ്ക്ക് ശരീരം ലഭിക്കില്ലെന്നറിഞ്ഞപ്പോൾ അവൾ ആ ശവത്തെ പരസ്യമായി ഭോഗിച്ചു. അവളുടെ ഉള്ളിലെ തീയണഞ്ഞപ്പോൾ അവൾ ആ ശരീരത്തെ കെട്ടിപ്പിടിച്ച് ഉറക്കെ കരഞ്ഞു. കരച്ചിലിന്റെ മുഴക്കത്തിൽ കടയ്ക്കുള്ളിൽ കണ്ട ആ കാഴ്ചകണ്ട് ഞാൻ ഞെട്ടിപ്പോയി. നഗ്നമായി, എല്ലുകൾ ഒടിഞ്ഞു നുറുങ്ങിയ വേദനയിൽ മരണപ്പെട്ട എന്റെ ശരീരം എന്റെ ഭാര്യ നെഞ്ചോടു ചേർത്തു കരയുന്നു. മകളെ ക്രൂരമായി പീഡിപ്പിച്ചു ഒളിവിൽ പോയ പ്രതിയെ ആക്രമിച്ചു കൊലപ്പെടുത്തിയ അച്ഛന്റെ ശരീരം നോക്കി ആ അമ്മ ഉറക്കെ കരഞ്ഞു. അവൾ എന്റെ ശരീരമെടുത്ത് മടിയിൽ വച്ചു ചോദിച്ചു.

“കണ്ടെത്തുകയില്ലെന്ന് കരുതി അല്ലെ?” ഒന്ന് മറുപടി പോലും നൽകാതെ അവളുടെ കണ്ണിൽപ്പെടാതെ ഞാൻ വീണ്ടും മനുഷ്യനെ വിൽക്കുന്ന ചന്തയിൽ അലഞ്ഞു തിരിഞ്ഞു നടന്നു.

സംഘമിത്ര എക്സ്പ്രസ്സ്

അംബരീഷ് പി ജി

മിർസാപൂർ സ്റ്റേഷനിൽനിന്ന് മുഴക്കത്തോടെ ട്രെയിൻ പതിയെ ഇഴഞ്ഞുനീങ്ങി. ഇന്ന് മേയ് 2/ 2022, കേരളത്തിലെ കൊച്ചു ഗ്രാമത്തിൽ നിന്ന് സംഗീത എന്ന ഇംഗ്ലീഷ് ടീച്ചർ ഉത്തർപ്രദേശിലേക്ക് സ്വയം പറിച്ചുനട്ടിട്ട് ഇന്നേക്ക് രണ്ടുവർഷം തികയുന്നു. പൂർണ സംതൃപ്തിയോടെ തീവണ്ടി ജനാലയിലൂടെ പുറത്തേക്ക് നോക്കി ഇരിക്കുമ്പോൾ അവൾക്ക് പുറകോട്ട് പോയി മറയുന്ന തന്റെ രണ്ടു വർഷങ്ങൾ കാണാമായിരുന്നു. സി എൻ പബ്ലിക് സ്കൂൾ, ഹിന്ദിക്കാർ ആയ വിദ്യാർത്ഥികൾ, പ്രിൻസിപ്പലച്ചൻ, സഹപ്രവർത്തകരായ സിസ്റ്റർമാർ എല്ലാവരെയും മനസ്സിൽ ഓർത്തുകൊണ്ടവൾ നെടുവീർപ്പിട്ടു.

നാട്ടിലെ സ്കൂളുകളിലെ ശമ്പളക്കുറവും ജോലി അസ്ഥിരതയും മാത്രമായിരുന്നില്ല അവൾക്ക് ദൂരേക്ക് മാറി ജോലിതേടാൻ കാരണമായിരുന്നത്. തനിക്ക് മേലെയുള്ള രണ്ടു സഹോദരിമാരുടെയും വിവാഹം കഴിഞ്ഞിട്ടും പുര നിറഞ്ഞു നില്ക്കുകയാണെന്ന വീട്ടുകാരുടെയും നാട്ടുകാരുടെയും അടക്കം പറച്ചിലുകൾ സഹിക്കവയ്യാതെ സമാധാനത്തിനു വേണ്ടിയാണ് അവൾ ഉത്തർപ്രദേശിന് വണ്ടി കയറുന്നത്. സ്വയം തീരുമാനിച്ചിറങ്ങിയാൽ ആർക്കും തകർക്കാനാവാത്ത മനക്കരുത്തുള്ളവളാണ് അവളെന്ന് സംഗീതയുടെ അമ്മ പറയും. ഉത്തർപ്രദേശിൽ തന്നെ കാത്തുകിടന്നത് മറ്റൊരു ലോകം തന്നെയാണെന്ന് ആദ്യത്തെ മാസത്തിനുള്ളിൽ തന്നെ സംഗീതയ്ക്ക് മനസ്സിലായി. കുഴൽക്കിണർ വെള്ളവും ഹോസ്റ്റലിലെ പച്ചരിച്ചോറും ആഴ്ചകളോളം അവജ്ഞയോടെ അവൾ സേവിച്ചു. ഭക്ഷണത്തിന്റെ കാര്യത്തിൽ മാത്രമായിരുന്നില്ല എല്ലാ കാര്യങ്ങളിലും ഒരു മലയാളിക്ക് അസഹിഷ്ണുത കണ്ടെത്താനാവുമായിരുന്ന സാഹചര്യമായിരുന്നു ആ ഗ്രാമത്തിലുള്ളത്. എന്തുവന്നാലും

എന്റെ ഈശ്വരൻ കൂടെയുണ്ടെന്ന് ഇടയ്ക്കിടെ മലയാളി ടീച്ചർമാരോട് അവൾ ലാത്തി പറയും. എങ്കിലും തന്നെ എപ്പോഴും രക്ഷിക്കുന്ന ശക്തി തന്റെ മനോബലം തന്നെയാണെന്ന് അവൾക്കറിയാമായിരുന്നു.

അച്ഛന്റെയും അമ്മയുടെയും പൂർണസമ്മതമില്ലാതെ, വിവാഹാലോചനകൾക്ക് തലവെച്ചു കൊടുക്കാതെ,

താൻ യു പി യിലേക്ക് ടീച്ചറായി പോവുകയാണെന്ന് പറഞ്ഞപ്പോൾ അച്ഛൻ ശപിച്ചു കൊണ്ടാണ് അവളെ പറഞ്ഞയച്ചത്.

"ഇനി നിനക്ക് നിന്റെ വഴി, നിന്റെ തീരുമാനങ്ങൾക്കൊത്തു ചാടാൻ എനിക്കിനി ആയുസ്സില്ല"

അച്ഛന്റെ വാക്കുകൾ മുള്ളുമുനകളായി മനസ്സിൽ നിറഞ്ഞുനിന്നു.

'എന്റെ സ്വാർത്ഥമായ തീരുമാനങ്ങൾ അല്ലച്ഛാ ഓരോ വ്യക്തിയുടെയും സ്വാതന്ത്ര്യമാണ് സ്വന്തം ജോലിയും ഭാവി ജീവിതവും തിരഞ്ഞെടുക്കൽ. മറ്റെല്ലാവരെയും പോലെ പെണ്ണെന്ന് പറഞ്ഞ് ചങ്ങലയ്ക്കിട്ട് പാഠം പഠിപ്പിക്കാൻ ഞാൻ നിന്നുതരില്ല'

കൂടുതൽ വാഗ്വാദങ്ങളും വഴക്കുകൾക്കും നിൽക്കാതെ ദൂരേക്ക് പോന്നത് എന്തുകൊണ്ടും നന്നായെന്ന് അവൾ ആശ്വസിച്ചു.

യു പിയിലെ ദിവസങ്ങൾ അതിവേഗം ഓടി മറഞ്ഞു. വർദ്ധിച്ച ചൂടും, മഴക്കാലത്തെ നിർത്താത്ത മഴയും, കൊടും തണുപ്പും അവളെ എവിടെയും ജീവിക്കാൻ പോന്ന പെണ്ണാക്കിമാറ്റി. രാവിലെ 7 മണി മുതൽ ഉച്ചക്ക് 2 മണി വരെ ആയിരുന്നു അവിടുത്തെ സ്കൂൾ ടൈം. പുറത്തിറങ്ങിയാൽ ഒട്ടും പുരോഗമനമില്ലാത്ത ഗ്രാമപ്രദേശങ്ങളായിരുന്നു ചുറ്റിനും. ചില ദിവസങ്ങളിൽ സഹപ്രവർത്തകരുമായി പട്ടണത്തിലേക്ക് പോകാറുണ്ടെങ്കിലും മനസ്സിനെ സുഖപ്പെടുത്തുന്ന കാഴ്ചകൾ ഒന്നും അവിടെ ഉണ്ടായിരുന്നില്ല എന്നതാണ് സത്യം. ചെറിയ വീടുകളെങ്കിലും വൃത്തിയായി സൂക്ഷിക്കുന്ന, കിട്ടുന്ന പണം പരമാവധി ഉത്സവങ്ങൾക്കും ആഘോഷങ്ങൾക്കും ചെലവഴിക്കുന്ന ഉത്തരേന്ത്യക്കാർ അവൾക്ക് അത്ഭുതമായി തോന്നി. ക്രിസ്മസിന് കരോൾ പാടാൻ പ്രിൻസിപ്പലച്ചനോട് പ്രത്യേകം അനുമതി വാങ്ങി വീടുകൾ കയറിയിറങ്ങി. സന്തോഷം തരുന്ന ചെറിയ ചെറിയ പരിപാടികളിൽ പോലും സ്വന്തം ആരോഗ്യം ശ്രദ്ധിക്കാതെയവൾ പങ്കെടുത്തു. സ്നേഹത്തോടെ ചേർത്തുനിർത്തുന്ന എന്നാൽ മറ്റൊരാളുടെകൂടെ കണ്ടാൽ അസൂയപ്പെടുന്ന സിസ്റ്റർമാർ അവൾക്ക് കൂട്ടുകാരികളായി. ഒരു വർഷം കൊണ്ടുതന്നെ കുട്ടികളുടെയും സഹപ്രവർത്തകരുടെയും പ്രിയപ്പെട്ട ടീച്ചറായി മാറിയ സംഗീതയെ പ്രിൻസിപ്പലച്ചൻ 'ഹൗസ് ഹെഡ്' ആയി നിയമിച്ചു. ഉത്തരവാദിത്തങ്ങൾ വർദ്ധിക്കുകയായിരുന്നു. 'സംഗീത ജി' എന്ന പേരു കണ്ട് സംഗീത 'ഗൗഡയെന്നും' സംഗീത 'ഗംഗോപാധ്യായ' എന്നും വിളിക്കാൻ അവിടെ ആളുകൾ ഉണ്ടായിരുന്നു.

'ഞാൻ കേരളത്തിൽ നിന്നാണ് വരുന്നത് അവിടെ ആരും ജാതിപ്പേര് പേരിന് കൂടെ ചേർക്കാറില്ല, വെറും 'സംഗീത ജി' എന്നാണ് എന്റെ

പേര്'

പലപ്പോഴായി ക്ലാസിൽ ആവർത്തിച്ച് ഇതവൾ പറഞ്ഞുകൊണ്ടേയിരുന്നു.

ഇടയ്ക്കിടെ അവധിയെടുത്ത് വാരണാസിയിലേക്ക് അവളെ യാത്ര പോയി. ഒരിടത്തുനിന്നും സംതൃപ്തി ലഭിക്കാത്ത തനിമലയാളിയാണ് താനെന്ന് കുറച്ചു കാലംകൊണ്ട് തന്നെ അവൾക്ക് മനസ്സിലായി.. യു പി എല്ലാത്തിൽ നിന്നും വ്യത്യസ്തമായിരുന്നു. ഒരിക്കലും ഒന്നു മാറി വോട്ട് ചെയ്യാൻ പോലും ശ്രമിക്കാത്ത ആളുകളാണ് അവിടെ ഉണ്ടായിരുന്നത്. ഇലക്ഷൻ കാലഘട്ടത്തിൽ കേരളത്തിൽ ഉള്ളതുപോലെ റോഡിലൂടെയുള്ള അനൗൺസ്മെന്റ് ഒന്നും അവിടെ ഉണ്ടായിരുന്നില്ല. എല്ലാത്തവണയും ഒരേ പാർട്ടിയിലുള്ള ആൾ തന്നെയായിരുന്നു അവിടെ ജയിച്ചിരുന്നത്.

"മുൻപിവിടെ വെളിച്ചം പോലും ഇല്ലായിരുന്നു ഇപ്പോൾ ഞങ്ങൾക്ക് വെള്ളവും വെളിച്ചവും ധാരാളമായുണ്ട്, എല്ലാ വീട്ടിലും ശൗചാലയങ്ങൾ നൽകി."

ഓരോ വ്യക്തിയും സംതൃപ്തിയോടെ ഒരേസ്വരത്തിൽ ഇത് പറഞ്ഞുകൊണ്ടേയിരുന്നു. സത്യമായിരുന്നു അവിടത്തെ ആളുകൾക്ക് പ്രധാനപ്പെട്ട കാര്യങ്ങളായിരുന്നു അവയെല്ലാം. വർഷങ്ങളായി യാതൊരു സൗകര്യങ്ങളും ഗ്രാമപ്രദേശങ്ങളിൽ ഉണ്ടായിരുന്നില്ല എന്നതാണ് സത്യം. കേരളമെന്നാൽ സമൃദ്ധിയുടെ മറ്റൊരു പേരാണെന്ന് അവൾക്ക് ബോദ്ധ്യമായി. നിലനിൽപ്പിനുവേണ്ടിയും സൗകര്യത്തിനുവേണ്ടിയും പലപ്പോഴും എല്ലാവരോടും സ്നേഹം അഭിനയിക്കുകയായിരുന്നു അവൾ, ഏതൊരു ജോലിക്കാരിയെയും പോലെ. മിർസാപൂർ സംഗീതയെ സംബന്ധിച്ച് ഒരു മരുഭൂമി ആയിരുന്നു. എല്ലാ കാലാവസ്ഥയും അതിന്റെ തീക്ഷ്ണതയിൽ അനുഭവപ്പെട്ടിരുന്ന ഒരു മരുഭൂമി. പണമുണ്ടെങ്കിലും ചെലവഴിക്കാൻ ഇഷ്ടപ്പെട്ട മാർഗങ്ങൾ ഇല്ലാത്ത, ചുറ്റിനും ആളുകൾ ഉണ്ടെങ്കിലും യഥാർത്ഥമായ സ്നേഹം ലഭിക്കാത്ത, ആത്മാർത്ഥമായ തൊഴിൽ ഉണ്ടെങ്കിലും മതിലുകൾക്കപ്പുറത്തേക്ക് അറിയപ്പെടാത്ത, അംഗീകരിക്കപ്പെടാത്ത, എന്തിന് തനിക്കെന്തെങ്കിലും വന്നാൽ അടുത്തിരുന്ന് കണ്ണീർ പൊഴിക്കാൻ ഒരു കുഞ്ഞു പോലും ഇല്ലാത്ത മരുഭൂമി. ജീവിതം നിരർത്ഥകമാവുകയായിരുന്നു ഒരേ ടൈം ടേബിളിൽ, സമയബന്ധിതമായ ബെൽ മുഴക്കങ്ങളിൽ തന്റെ ജീവിതം ആവിയാവുകയാണോ എന്നവൾ ഭയപ്പെട്ടു.

പിന്നീടൊരുദിവസം കാരണങ്ങൾ ബോധിപ്പിക്കാതെ തന്റെ വിദൂരസ്വർഗ്ഗത്തിൽനിന്ന് പടിയിറങ്ങാൻ അവൾ പ്രിൻസിപ്പലച്ചനോട് അനുവാദം വാങ്ങി.

ഒറ്റ ദേഷ്യത്തിൽ ഇറങ്ങിപോരാറുണ്ട് നമ്മൾ പലതിൽ നിന്നും. ഒളിച്ചോട്ടങ്ങളല്ല, സഹികെടുമ്പോൾ അപമാനിക്കപ്പെടുമ്പോൾ അഭിമാനം മുറിപ്പെടുമ്പോൾ തിരിഞ്ഞുനോക്കാതെ നടന്നകലാത്തവരായി ആരുണ്ട്.

അത്തരം തീരുമാനങ്ങൾ ഭാവിയിൽ തെറ്റെന്ന് തോന്നിയാൽ പശ്ചാത്തപിക്കാനും തിരുത്താനും കഴിയുമ്പോഴല്ലേ നമ്മൾ വകതിരിവുള്ള മനുഷ്യരാകുന്നത്.

റിവേഴ്സ് ഗിയറില്ലാത്ത സംഘമിത്ര എക്സ്പ്രസിന്റെ വിൻഡോ സീറ്റിൽ തിരിച്ചുയാത്രയിലാണിപ്പോൾ സംഗീത. ചില മടക്കങ്ങൾ അനിവാര്യമാണ്. തിരിച്ചറിവുകൾക്കൊടുവിൽ പഠിച്ച പുതിയ പാഠങ്ങൾ പകർന്നുനൽകാൻ ഉത്തമ അധ്യാപികയായി അവൾ കേരളത്തിലേക്ക് തിരിച്ചു.

അനാമിക

അമൽ സുരേന്ദ്രൻ

എന്റെ പേര് "അനാമിക." ഞാൻ ഒരു ട്രാൻസ്ജന്റർ ആണ്... അത് പറയുമ്പോൾ ഒരുപാട് അഭിമാനം കൊള്ളുന്ന ഒരാൾ ആണ് ഞാൻ... പക്ഷെ, എന്റെ ജീവിതം അത്ര സുഖകരം ഉള്ളതല്ല കേട്ടോ... എനിക്ക് വീട് എന്ന് പറയാൻ ആകെ ഉള്ളത് ഒരു ഒറ്റ മുറി ആണ്... വലിയ അടച്ചു ഉറപ്പ് ഉള്ള മുറി ഒന്നും അല്ല... ഷീറ്റ് കൊണ്ടും തുണി കൊണ്ടും ഞാൻ തന്നെ മേഞ്ഞു ഉണ്ടാക്കിയ ഒരു കുഞ്ഞു മുറി, രാത്രികാലങ്ങളിൽ കഴുകൻ കണ്ണുകളിൽനിന്ന് രക്ഷപ്പെടാൻ ഒരു മറ മാത്രം ആയിരുന്നു അത്... എന്റെ ജീവിതത്തിലെ ഏറ്റവും വലിയ ആഗ്രഹം ഒരാളേലും എന്റെ മുഖത്തു നോക്കി അവഗണിക്കാതേ, ഒറ്റപ്പെടുത്താതെ, എന്നെ ചേർത്ത് നിർത്തി ഉള്ളു തുറന്ന് ചിരിക്കുന്ന ഒരു കാലം വരണേ എന്ന് ആണ്... ആ ഒരു ദിവസത്തിന് വേണ്ടി ഞാൻ പ്രാർത്ഥിക്കാത്ത അമ്പലങ്ങൾ ഇല്ല പള്ളികൾ ഇല്ല.... എല്ലാ ദിവസവും എനിക്ക് ഒരു പ്രതീക്ഷ ആണ്... ഇന്ന് ഞാൻ എണീറ്റപ്പോളും ആദ്യം പ്രാർത്ഥിച്ചത് അത് തന്നെയാണ്... സന്തോഷത്തോടെയും സമാധാനത്തോടെയും ഞങ്ങൾക്കും ജീവിക്കാൻ ഒരു അവസരം ഉണ്ടാവണെ എന്ന്... ആ പ്രതീക്ഷയോടെ ആണ് എന്റെ ഓരോ ദിവസവും തുടങ്ങുന്നത്.. ഇന്നും അങ്ങനെ തന്നെയാണ്.. കുളിച്ച് ഒരുങ്ങി, കൈയിൽ വളകളും കഴുത്തിൽ മാലയും ചാർത്തി... നെറ്റിയിൽ ഒരു പൊട്ട് തൊടുമ്പോൾ ആണ് എന്റെ ഫോണിലേക്ക് അലക്സിന്റെ ഒരു കാൾ വരുന്നത്. "അലക്സ്" ഇയാളെ ഞാൻ ആദ്യമായി കാണുന്നത് വിജനമായ ഒരു റോഡിന്റെ അരുകിൽ വച്ച് ആണ്... മുഖം ആകെ ചോരയിൽ കുളിച്ച്... ബോധരഹിതനായ അവസ്ഥയിൽ ആയിരുന്നു... മരണത്തെ മുഖാമുഖം കണ്ടുകൊണ്ട് ആ വഴി അരുകിൽ കിടന്നപ്പോൾ അന്ന് അയാളെ സഹായിക്കാൻ ഉണ്ടായിരുന്നത് ഞാൻ മാത്രമാണ്...

അതിന്റെ സ്നേഹം അയാൾക്കും ഇന്നും ഉണ്ട്... എന്റെ ഇപ്പോഴത്തെ ഏറ്റവും വലിയ പ്രശ്നം ഒരു ജോലി ആണ്... അലക്സ് ഒരുപാട് ജോലി ഓഫറുകൾ എനിക്കുവേണ്ടി അന്വേഷിച്ചിരുന്നു... പലതും അവഗണനയും കുറ്റപ്പെടുത്തലും കാരണം നഷ്ടമായി. പക്ഷെ, എന്നിട്ടും അയാൾ എനിക്ക് വേണ്ടി ജോലി അന്വേഷണങ്ങൾ തുടർന്നുകൊണ്ടിരുന്നു. ഇതും ഏതോ ഒരു ജോലി റെഡിയാക്കിക്കൊണ്ടുള്ള കോൾ ആയിരിക്കും.. ആ സന്തോഷത്തിൽ ഞാൻ ആ ഫോൺ എടുത്തു.. പക്ഷേ, എന്റെ വിശ്വാസങ്ങളെയും പ്രതീക്ഷകളെയും തകർക്കുന്ന വാക്കുകൾ ആയിരുന്നു അയാൾ ആ ഫോണിലൂടെ എന്നോട് പറഞ്ഞത് ആ വാക്കുകൾ ഇതായിരുന്നു...

"അനാമികാ... ഞാൻ പറയുന്നത് നീ ശ്രദ്ധിച്ചു കേൾക്കണം... കാര്യം ശരി ഒക്കെയാണ്. ഞാൻ വഴിയിൽ ആക്സിഡന്റ് പറ്റി കിടന്നപ്പോ നീ ആണ് എന്റെ ജീവൻ രക്ഷിച്ചത്... അതിന്റെ നന്ദി എനിക്ക് നിന്നോടുണ്ട്... ആ നന്ദി ഉള്ളത് കൊണ്ടാണ്... നിനക്ക് വേണ്ടി ഞാൻ കുറെ ജോബ് അന്വേഷിച്ചത്.... പക്ഷെ, അവിടെ ഒക്കെ എന്താ അവസാനം സംഭവിച്ചത് എന്ന് നിനക്ക് അറിയാമല്ലോ... നിന്റെ ഈ രൂപവും ഭാവവും ഒക്കെ വച്ച് ആരും ജോലിതരും എന്ന് എനിക്ക് ഒരു ഉറപ്പില്ല... എന്നെക്കൊണ്ട് പറ്റാവുന്നതിന്റെ മാക്സിമം ഞാൻ ശ്രമിച്ചു... പിന്നെ ഞാൻ ഇപ്പൊ വിളിച്ചത് നിന്നോട് അവസാനം ആയിട്ട് ഒരു ജോലിയുടെ കാര്യം പറയാൻ ആണ്... നീ സന്തോഷിക്കണ്ട... എനിക്ക് വല്യ ഉറപ്പ് ഒന്നുമില്ല... ഇതും കിട്ടും എന്ന്... ഒരു ചെറിയ ജോലിയാണ്... ഒരു ബേക്കറിയിൽ സാധനം എടുത്ത് കൊടുക്കാൻ ഒരാൾ വേണം... എനിക്ക് അറിയാവുന്ന ഒരാളുടെ ബേക്കറി ആണ്. ആൾ നല്ല ഒരു മനുഷ്യൻ ആണ്... ഞാൻ നിന്റെ കാര്യങ്ങൾ ഒന്നും പറഞ്ഞിട്ടില്ല... നീ ഒന്ന് ശ്രമിച്ചുനോക്ക്... ഞാൻ അഡ്രസ്സ് അയക്കാം.... പിന്നെ ഈ കാൾ, അവസാനിക്കുന്നനിമിഷം മുതൽ നമ്മൾ തമ്മിൽ ഇനി ഒരു ബന്ധവും ഇല്ല... എന്നെ ഇനി വിളിക്കാൻ പാടില്ല... എന്റെ നമ്പർ ഉൾപ്പെടെ ഫോണിൽനിന്ന് കളഞ്ഞേക്കണം.... ശരി അന്നാൽ....

ആ ഫോൺ കാൾ അവസാനിക്കുമ്പോൾ, എന്റെ കണ്ണുകളിൽനിന്ന് കണ്ണുനീർ നിറഞ്ഞ് ഒഴുകിയിരുന്നു. ഞാൻ ആകെ നിസ്സഹായ ആയി. വീണ്ടും വീണ്ടും അവഗണനകൾ... എന്റെ മനസ്സും ഹൃദയവും ദുബ്ബലമായ അവസ്ഥ.... ഒരായിരം ചോദ്യങ്ങൾ എന്റെ മനസ്സിൽ വന്ന് മറഞ്ഞുകൊണ്ടിരുന്നു.

"ഞാനും ഒരു മനുഷ്യൻ അല്ലെ... എനിക്കും ജീവിക്കണ്ടേ... മറ്റുള്ളവർ എന്തിന് എന്നെ അവഗണിക്കുന്നു.... ഈ അവഗണനയും ഒറ്റപ്പെടുത്തലും അനുഭവിക്കാൻ എന്നെ എന്തിന് ഇങ്ങനെ സൃഷ്ടിച്ചു.... എനിക്ക് ആരേലും ഉത്തരം പറഞ്ഞുതരുമോ...

ഞാൻ അലമുറ ഇട്ട് കരഞ്ഞു... സമയം പൊയ്കൊണ്ടിരുന്നു... പെട്ടെന്നാണ് ഫോണിലേക്ക് ഒരു മെസ്സേജ് വരുന്നത്... അത് അല

ക്സിന്റെ മെസ്സേജ് ആണ്.... ഞാൻ ഏങ്ങൽ അടിച്ചുകൊണ്ട് മെസ്സേജ് തുറന്നു.... അതിൽ ജോലി സ്ഥലത്തെക്കുറിച്ചും അതിന്റെ മേൽവിലാസവുമാണ് ഉണ്ടായിരുന്നത്.... എന്റെ അവസാന പ്രതീക്ഷ കൂടി ആണ് ഈ ജോലി.... കാരണം ജീവിതം ദാരിദ്ര്യത്തിന്റെ കൊടുമുടിയിൽ എത്തി നില്ക്കുന്ന സമയം ആയിരുന്നു... പട്ടിണികൾ കിടന്ന് വയറുകൾ ഒട്ടിയിരുന്നു.. ആഹാരം നേരെ ചൊവ്വേ കഴിച്ചിട്ട് നാളുകൾ ഏറെ ആയിരുന്നു. പൈപ്പിലെ വെള്ളം ആയിരുന്നു ഇതുവരെ എന്റെ ജീവൻ പിടിച്ച് നിർത്തിയിരുന്നത്. ഈ ജോലി കൂടെ കിട്ടിയില്ലെങ്കിൽ പട്ടിണി കിടന്നു ചാവേണ്ട ആ ഭയാനകമായ അവസ്ഥ ഞാൻ നേരിടേണ്ടി വരും എന്ന് എനിക്ക് ഉറപ്പാണ്. അതുകൊണ്ട് ഈ ജോലി എങ്ങനെ എങ്കിലും മേടിക്കണം എന്ന് ഉള്ളിൽ വാശിയുമായി ഞാൻ വീട്ടിൽനിന്ന് ഇറങ്ങി... കൈയിൽ ആകെയുള്ളത് 10 രൂപ ആണ്.... പിന്നെ ഒരു സഞ്ചിയും... എന്റെ റൂമിൽനിന്ന് 200 മീറ്റർ മാറി ആണ് ബസ് സ്റ്റോപ്പ് ഉള്ളത്... അത് വരെ കാൽനട ആണ് ശരണം... ആ വഴിയുടെ ഇരു സൈഡുകളിലും ആയി കുറച്ച് കടകൾ ഒക്കെ ഉണ്ട്.. ആ കടയിൽ വരുന്ന കുറച്ച് പേരൊക്കെ എന്നെ പുച്ഛത്തോടെ നോക്കുന്നത് എനിക്ക് കാണാമായിരുന്നു.... ചിലർ പിറുപിറുക്കുന്നുണ്ടായിരുന്നു... ഏകദേശം ഒരു കുറ്റവാളിയെ കാണുന്ന പ്രതീതി ആയിരുന്നു എന്റെ ചുറ്റിനും ഉള്ളവർക്ക്... പക്ഷെ, ഞാൻ അവരെ ഒന്നും വകവയ്ക്കാതെ മുന്നോട്ട് വേഗത്തിൽ നടന്നുനീങ്ങി... പെട്ടെന്ന് ആരോ എന്നെ പിന്തുടരുന്നത് പോലെ ഒരു തോന്നൽ എനിക്ക് വരാൻ തുടങ്ങി... ഞാൻ നടത്തം വീണ്ടും വേഗത്തിൽ ആക്കി.. ആ നടത്തത്തിൽ ഞാൻ ചെറുതായി തിരിഞ്ഞ് നോക്കാൻ ശ്രമിച്ചു.. പെട്ടന്ന് എനിക്ക് മനസ്സിലായി എന്റെ തോന്നൽ ശരി ആയിരുന്നു എന്ന്... താടിയും മുടിയും വളർത്തിയ ഒരു കാട്ടാളരൂപം പോലെ ഒരാൾ എന്നെ പിന്തുടരുന്നു... ആ രൂപവും അവന്റെ ചുവന്ന കണ്ണുകളും കണ്ടപ്പോൾ തന്നെ എന്റെ പാതി ജീവൻപോയി... ആ പേടിയോടെ ഞാൻ എന്റെ മുന്നിൽ നിർത്തിയ ബസിലേക്ക് ഓടി കയറി.. വളരെ തിരക്ക് കൂടിയ ബസ് ആയിരുന്നു അത്... ബസിൽ ഓടി കയറിയത് കൊണ്ട് ആവാം ഞാൻ നല്ല പോലെ കിതയ്ക്കുന്നുണ്ടായിരുന്നു. കിതപ്പിനെക്കാൾ ആശ്വാസമായിരുന്നു ആ കാമകണ്ണുകളുമായി വന്ന രൂപത്തിൽനിന്ന് രക്ഷപ്പെട്ടതിന്റെ.... ഞാൻ കണ്ണുകൾ അടച്ചു പതുക്കെ ശാന്തമായി ഒരു നിമിഷം നിന്നു... പെട്ടെന്നാണ് ആരോ എന്റെ ഇടുക്കിൽ തൊടുന്നതുപോലെ ഒരു തോന്നൽ... ഞാൻ തിരിഞ്ഞ് നോക്കിയപ്പോൾ അത് അയാൾ ആണ്... ആ ഭീകരരൂപം... എന്റെ കൈ കാലുകൾ വിറയ്ക്കാൻ തുടങ്ങി.... ഞാൻ ആകെ വിയർക്കാൻ തുടങ്ങി... നാക്കിലെ വെള്ളം വറ്റി വരണ്ടു... ആരോടേലും പറഞ്ഞാലോ എന്ന് ഞാൻ ആലോചിച്ച്... ഒന്ന് ഒച്ച വച്ചാലോ എന്ന് ഞാൻ ചിന്തിച്ചു... പക്ഷേ, അതുകൊണ്ട് ഒന്നും ഒരു കാര്യവും ഉണ്ടാവില്ലന്ന് എനിക്ക് ഉറപ്പായിരുന്നു... കാരണം ഞാൻ തെറ്റ് ചെയ്തിട്ട് ഇല്ലെങ്കിലും അവസാനം എന്നിൽ തന്നെ കുറ്റം ചാർത്തപ്പെടാൻ

സാദ്ധ്യത ഉണ്ട് എന്നെനിക്ക് അറിയാമായിരുന്നു... ഞാൻ എന്റെ മുഴുവൻ ധൈര്യവും സംഭരിച്ച് ബസിന്റെ മുന്നിലേക്ക് നടന്നു നീങ്ങി... അപ്പോഴൊക്കെ എന്റെ മനസ്സിൽ പ്രാർത്ഥന ആയിരുന്നു... എത്രയും പെട്ടെന്ന് എന്റെ സ്ഥലം എത്തണെ എന്ന്. അങ്ങനെ കാത്തിരിപ്പിനൊടുവിൽ എന്റെ സ്ഥലം എത്തി ബസിന്റെ ബെൽ മുഴങ്ങി.. ഞാൻ വേഗത്തിൽ ചാടി ഇറങ്ങി... ആ അഡ്രസ് ലക്ഷ്യമാക്കി നടന്നുനീങ്ങി. ഇടയ്ക്കിടയ്ക്ക് ഞാൻ പുറകിലോട്ട് നോക്കുന്നുണ്ടായിരുന്നു. ആ ഭീകര രൂപം എന്നെ പിന്തുടരുന്നുണ്ടോ എന്ന് അറിയാൻ. പക്ഷേ, എന്റെ പുറകിൽ ഞാൻ ആരെയും കണ്ടില്ല.. അങ്ങനെ ഞാൻ ആ ബേക്കറിയിൽ എത്തി, ഒരു ചെറിയ ബേക്കറി ആണ്.. ഒരുപാട് ആൾത്തിരക്കുകൾ ഇല്ലാത്ത കട.. ഞാൻ പതുക്കെ ആ ബേക്കറിയുടെ സ്റ്റെപ്പുകൾ കയറി... ഓരോ സ്റ്റെപ് വയ്ക്കുമ്പോഴും ഒരുപാട് പ്രതീക്ഷയോടെയും പ്രാർത്ഥനയോടെയും ആണ് ഞാൻ കയറിയത്... പെട്ടന്ന് ഒരു ഭീകരശബ്ദം:

"എന്താ വേണ്ടത്?"

ആ ഭീകരശബ്ദം കേട്ട്... ഞാൻ ഒരു നിമിഷം മൗനമായി നിന്നു... ഒരു 45–50 നും ഇടയിൽ പ്രായമുള്ള നല്ല ആരോഗ്യമുള്ള ഒരാൾ, അയാൾ വീണ്ടും എന്നോട് ചോദിച്ചു.

"എന്തേലും വേണോ... വാ തുറന്ന് പറ..."

അയാൾ വളരെ ദേഷ്യത്തിലാണ് സംസാരിക്കുന്നത്... എനിക്ക് ഒന്നും മിണ്ടാൻ പറ്റാത്ത അവസ്ഥ... എന്നിട്ടും ഞാൻ വിറങ്ങലിച്ചു പറഞ്ഞു...

"ഇവിടെ ഒരു ജോലിക്കാരിയെ വേണം എന്ന് പറയുന്നത് കേട്ടു."

അത് കേട്ട നിമിഷം... അയാളുടെ മുഖഭാവം മാറാൻ തുടങ്ങി. ദേഷ്യം കൊണ്ട് ചുവന്നു തുടുത്ത മുഖഭാവത്തോടെ അയാൾ പറഞ്ഞു..

"ഇവിടെ ആരേം വേണ്ട... നിങ്ങൾ പോവാൻ നോക്ക്... എനിക്ക് നിങ്ങളോട് സംസാരിക്കാൻ താല്പര്യമില്ല."

ഒരു നിമിഷംകൊണ്ട് എന്റെ പ്രതീക്ഷകളെ അയാൾ തകർത്തു... തിരിച്ച് ഒരു വാക്കുപോലും സംസാരിക്കാനാവാതെ ഞാൻ അവിടെനിന്നിറങ്ങി... ഒരു ലക്ഷ്യമില്ലാതെ ഞാൻ ആ വഴിയോരത്തു കൂടെ നടന്നു.... കൈകാലുകൾ തളരുവാൻതുടങ്ങി.... ഇനി മുന്നോട്ട് ജീവിക്കാൻ വേറെ മാർഗ്ഗങ്ങൾ എനിക്ക് ഉണ്ടായിരുന്നില്ല... ഇതുപോലത്തെ അവസരങ്ങളിൽ പലരും മാനം വിറ്റ് ജീവൻ നിലനിർത്തുന്നത് ഞാൻ കണ്ടിട്ടുണ്ട്. പക്ഷേ, പട്ടിണി കിടന്നു ചത്താലും ഞാൻ അത് ചെയ്യില്ല... ഒന്നേൽ ഞാൻ അദ്ധ്വാനിച്ച് ജീവിക്കും, അല്ലേൽ മരിക്കും... ആദ്യത്തെ വഴി അടഞ്ഞതുകൊണ്ടു തന്നെ ഒരു കയറിൽ ജീവനൊടുക്കാൻ ഞാൻ തീരുമാനിച്ചു... പ്രതീക്ഷകളും സ്വപ്നങ്ങളും നഷ്ടപ്പെട്ട എനിക്ക് ഇനി മാനം അല്ലാതെ വേറെ ഒന്നും നഷ്ടപ്പെടാൻ ഇല്ലായിരുന്നു.... ആത്മഹത്യ, അതുതന്നെ ചെയ്യാൻ ഞാൻ തീരുമാനിച്ചു. എങ്ങനെ മരിക്കും, അതിനെക്കുറിച്ചായിരുന്നു പിന്നത്തെ എന്റെ ചിന്തകൾ.. അപ്പോഴാണ് സഞ്ചിയിൽനിന്ന് ഒരു ബ്ലേഡ്

കിട്ടുന്നത്... ആ ബ്ലേഡ് നോക്കി ഒരു നിമിഷം ഞാൻ അലമുറയിട്ട് കരഞ്ഞു... എന്റെ ധൈര്യം ചോർന്നു പോകുന്നതുപോലെ എനിക്കു തോന്നി.... ജീവിക്കാൻ ഇഷ്ടമില്ലാഞ്ഞിട്ട് അല്ല... അവഗണനകളും ഒറ്റപ്പെടലുകളും ഇനിയും സഹിക്കാൻ വയ്യാ... ആ അവഗണനകളും ഒറ്റപ്പെടലുകളെക്കുറിച്ചും ഓർക്കുമ്പോ ജീവനൊടുക്കാനുള്ള ധൈര്യം കൂടിക്കൂടി വരുന്നതുപോലെ എനിക്ക് തോന്നി... പക്ഷേ, അപ്പോഴും എനിക്ക് അതിന് പറ്റുമെന്ന് തോന്നുന്നില്ല... ഞാൻ വീണ്ടും തലതാഴ്ത്തി കരയുവാൻ തുടങ്ങി... പെട്ടെന്ന് ഒരു മാലാഖയുടെ കരങ്ങൾപോലെ ഒരു കൈ എന്റെ തലയിൽ തലോടുന്നതുപോലെ എനിക്ക് തോന്നി... നിറഞ്ഞൊഴുകിയ കണ്ണുകൾകൊണ്ട് ഞാൻ ആ മുഖത്തേക്ക് നോക്കി നിഷ്കളങ്കമായ ചിരിയോട് കൂടിയ ഒരു പെൺകുട്ടി ആയിരുന്നു അത്... 18 വയസ്സ് കാണും അവൾക്ക്.... ആ മുഖത്തെ പ്രകാശംകണ്ട് ഒരു നിമിഷം ഞാൻ അവളെത്തന്നെ നോക്കിനിന്നു... അവളുടെ കൈകൾകൊണ്ട് എന്റെ കണ്ണുനീർ അവൾ തുടച്ചുമാറ്റി. എന്നിട്ട് അവൾ എന്നോട് ചോദിച്ചു.

"എന്താ പറ്റിയെ, എന്തേലും പ്രശ്നം ഉണ്ടോ. ഉണ്ടെങ്കിൽ എന്നോട് പറ... എന്നെക്കൊണ്ട് പറ്റുന്നതാണെങ്കിൽ ഞാൻ സഹായിക്കാം."

അതും പറഞ്ഞ് അവൾ എന്നെ ചേർത്തുപിടിച്ചു.... അപ്പോഴും ഞാൻ മൗനമായി അവളുടെ മുഖത്തേക്കുതന്നെ നോക്കിക്കൊണ്ടിരുന്നു... അവളുടെ നിഷ്കളങ്കമായ ചോദ്യങ്ങളെ ഞാൻ കാതോർത്തു... അവസാനം ഞാൻ അവളോട് ഒന്നേ ചോദിച്ചുള്ളൂ.

"ആദ്യമായിട്ടാ എന്റെ ഈ ജീവിതത്തിൽ ഒരാൾ എന്റെ മുഖത്തു നോക്കി, നിങ്ങൾക്ക് എന്തേലും പ്രശ്നമുണ്ടോ എന്ന് ചോദിക്കുന്നത്... എന്റെ പ്രശ്നങ്ങളിൽ ഇടപെടുന്നത്. ഒറ്റപ്പെടലുകളും അവഗണനയും മാത്രമേ ഇതുവരെ ഉണ്ടായിട്ടുള്ളൂ."

പെട്ടെന്ന് അവൾ മറുപടി നൽകി.

"എനിക്കും എന്റെ കൂട്ടുകാർക്കും നിങ്ങളെപ്പോലുള്ളവരെ ഇഷ്ടാ...."

ആ ഒരു വാക്ക് കേട്ടപ്പോൾ... എന്റെ പ്രാർത്ഥനകൾ എവിടെയോ ഫലിക്കുന്നതുപോലെ എനിക്ക് തോന്നി... ജീവിതത്തിൽ ആദ്യമായി ആനന്ദക്കണ്ണുനീർ എന്റെ കണ്ണുകളിൽ ഞാൻ ആസ്വദിച്ചു... പ്രതീക്ഷകൾ അവസാനിച്ചിട്ടില്ല എന്ന് വീണ്ടും ഒരു തോന്നൽ ഉണ്ടായിത്തുടങ്ങി. ആ സന്തോഷത്തിൽ ഞാൻ അവളോട് ചോദിച്ചു....

"ഞങ്ങളെ ഇഷ്ടപ്പെടാൻ എന്തേലും കാരണമുണ്ടോ... ഞങ്ങളെക്കുറിച്ച് ആരാ പറഞ്ഞുതന്നത്..." പെട്ടെന്ന് അവൾ ആരാഞ്ഞു.

"നിങ്ങളും മനുഷ്യരാണ്... നിങ്ങൾക്കും ഇവിടെ സന്തോഷത്തോടെയും സമാധാനത്തോടെയും അദ്ധ്വാനിച്ച് ഞങ്ങളോടൊപ്പം ജീവിക്കാനുള്ള അവകാശം ഉണ്ട്... നമ്മൾ എല്ലാവരും മനുഷ്യന്മാർ ആണ്... അങ്ങനെ കണ്ടാ മതി എന്ന് ഞങ്ങടെ ടീച്ചർ ഞങ്ങളെ പഠിപ്പിച്ചിട്ടുണ്ട്. പിന്നെ ഞങ്ങടെ സ്കൂളുകളിൽ സെക്സ് എഡ്യൂക്കേഷൻ പഠിപ്പിക്കു

ന്നുണ്ട്. അവിടെയും നിങ്ങളുടെ ജൻഡറിനെക്കുറിച്ചും പരാമർശിക്കുന്നുണ്ട്. അതുകൊണ്ട് ഇനി വരാനിരിക്കുന്നകാലം നിങ്ങൾക്കും സമാധാനത്തോടെയും സന്തോഷത്തോടെയും ജീവിക്കാം... എന്നെപ്പോലെ ഒരുപാട് കുട്ടികൾ നിങ്ങളെ ഇഷ്ടപ്പെടുന്നവരുണ്ട്. നല്ല ഒരു നാളേക്കായി പ്രതീക്ഷയോടെ കാത്തിരിക്കൂ. ഇപ്പൊ ഒരു ജോലിയല്ലേ പ്രശ്നം... എന്റെ അച്ഛൻ ഒരു കളക്ടർ ആണ്... അതിനും ഞാൻ പരിഹാരം ഉണ്ടാക്കാം... ചേച്ചിയുടെ നമ്പർ താ..."

ഞാൻ സന്തോഷത്തിന്റെ നിറകണ്ണുകളോടെ എന്റെ നമ്പർ അവൾക്ക് കൊടുത്തു. അവൾ മെല്ലെ നടന്നു നീങ്ങി... അവളുടെ ആ വാക്കുകൾ ദൈവത്തിന്റെ സ്വരം ആയിട്ടാണ് എനിക്ക് തോന്നിയത്... ഞാൻ എന്റെ കണ്ണുകൾ തുടച്ചു അവളിലോട്ട് നോക്കിയപ്പോൾ.... പെട്ടെന്നവൾ അപ്രത്യക്ഷയായപോലെ എനിക്ക് തോന്നി. എന്റെ സഞ്ചിക്കുള്ളിൽ ഒരു 500 രൂപ നോട്ടും വെട്ടിത്തിളങ്ങുന്നുണ്ടായിരുന്നു.... കൂടെ ഒരു കുഞ്ഞു പേപ്പറും...

"ഒരു പുതിയ യുഗം ഉടനെയുണ്ടാവും Just wait"

ആ യുഗത്തിനായുള്ള കാത്തിരിപ്പിലാണ് ഞാനിപ്പോളും...

മരണത്തിന്റെ കാവലാൾ

കബനി കെ ദേവൻ

"മഴ പെയ്യുന്നുണ്ടോ?"

ചോദ്യം അകത്തുനിന്നാണ്. ആരാണ് ചോദിച്ചതെന്ന് അറിഞ്ഞുകൂടാ. ചിലപ്പോൾ കുട്ടപ്പനോ മേഴ്സിക്കുട്ടിയോ ആയിരിക്കും. ഇവർക്കു രണ്ടുപേർക്കും മഴയെന്നാൽ ജീവനാണ്. ജീവനില്ലാത്തവരുടെ ജീവനായ മഴ!

രാത്രിയുടെ ഇരുട്ടിൽ എവിടെയോ അമർന്നരഞ്ഞ ആ ചോദ്യത്തിന് മറുപടി പറയേണ്ടതില്ലെന്ന് സ്വയം വിശ്വസിപ്പിച്ച് അയാൾ തന്റെ ഇരിപ്പിടത്തിൽ ഒന്നുകൂടി ഉറച്ചിരുന്നു. ഏതോ പുരാതന നദീതട സംസ്കാരത്തിൽ നിന്ന് കണ്ടെടുത്ത മനുഷ്യപ്രതിമയെ ഓർമ്മിപ്പിച്ചു അയാളപ്പോൾ!

"മഴ പെയ്യുന്നുണ്ടോ വേലായുധാ..."

ഇത്തവണ ചോദ്യം കുറച്ചുകൂടി ഉറക്കെയായിരുന്നു. ഇരുട്ടിന്റെ അലകൾ അതിനെ പിടിച്ചു നിർത്താനാവാത്ത വേദനയോടെ ഒന്ന് പിടഞ്ഞു. ആ പിടച്ചിലിനിടയിൽ മേഴ്സിക്കുട്ടിയുടെ നനുത്ത ശബ്ദത്തെ തിരിച്ചറിയാൻ വേലായുധനേറെ ബുദ്ധിമുട്ടിയില്ല. അയാൾ ഇരിപ്പിടത്തിൽ നിന്ന് എഴുന്നേറ്റ് വരാന്തയിലേക്കിറങ്ങി നിന്ന് പുറത്തേക്ക് എത്തിനോക്കി. ഇല്ല, മഴ പെയ്യുന്നില്ല. വരണ്ട ഭൂമി ഉറക്കത്തിലാണെന്ന് തോന്നുന്നു. അതോ അത് മരിച്ചുപോയോ! വേലായുധൻ ഭൂമിയുടെ മാറിടത്തിൽ ചെരിഞ്ഞു കിടന്നു കാതോർത്തു. ഹൃദയമിടിപ്പ്, ഭൂമിയുടെ ഹൃദയമിടിപ്പ് കേൾക്കാം.... അത് മരിച്ചിട്ടില്ല. അപക്വമായ ഒരു ആഹ്ലാദത്തോടെ അയാൾ ഇരിപ്പിടത്തിലേക്ക് മടങ്ങി. അപ്പോഴേക്കും അകത്തുനിന്നും അക്ഷമയുടെ നെടുവീർപ്പുകൾ ഉയർന്ന് തുടങ്ങിയിരിക്കുന്നു.

"ഇല്ല മേഴ്സിക്കുട്ടീ... മഴ പെയ്യുന്നില്ല. പെയ്യുമെന്ന് തോന്നുന്നുമില്ല. നീ കിടന്നുറങ്ങിക്കോളൂ."

വേലായുധൻ അഗാധമായൊന്ന് നിശ്വസിച്ചു. അകത്തുനിന്നും അതിന് സമാനമായൊരു നിശ്വാസമുയർന്നു. അതോ അത് അയാളുടെ തോന്നലായിരുന്നോ...

"മേഴ്സിക്കുട്ടീ നീയുറങ്ങിയോ?"

ഏറെ നേരത്തെ നിശ്ശബ്ദതയെ ഭേദിക്കാൻ ധൈര്യം കാണിച്ചത് വേലായുധനായിരുന്നു.

"ഇല്ല, വേലായുധാ... ഇവിടെയാരും ഉറങ്ങിയിട്ടില്ല."

"അവരൊക്കെ എന്തെടുക്കുകയാണവിടെ?"

"ഷഫീറും ആമിനയും നിസ്കാരത്തിലാണ്. ആത്മഹത്യ അള്ളാഹുവിന്റെ കണക്കു പുസ്തകത്തിൽ മഹാപാതകമാണു പോലും. കുട്ടപ്പനും അബ്ദുള്ളയും ജോണിക്കുട്ടിയും ചീട്ടു കളിച്ചുകൊണ്ടിരിക്കുകയാണ്."

"ആഹാ... മത സൗഹാർദത്തിന്റെ ഉത്തമ ദൃഷ്ടാന്തം."

അയാളറിയാതെ പറഞ്ഞുപോയി. മതവും ജാതിയുമൊക്കെ ഈ വാതിലിനപ്പുറത്തെ ലോകത്തല്ലേ വേലായുധാ എന്ന് മേഴ്സിക്കുട്ടി പ്രതിവചിച്ചു.

"കവി രാമകൃഷ്ണനും സഖാവ് അയ്യപ്പനും എന്തു ചെയ്യുകയാണവിടെ?"

"സഖാവ് സർക്കാരിന്റെ ജനാധിപത്യ വിരുദ്ധ നയങ്ങൾക്കെതിരെ ലേഖനമെഴുതിക്കൊണ്ടിരിക്കുകയാണ്. കവിയും അങ്ങനെയെന്തോ എഴുതിക്കൊണ്ടിരിക്കുന്നു."

"മേഴ്സിക്കുട്ടീ, മരണമൊന്നിന്റെയും അവസാനമാകുന്നില്ല അല്ലേ?"

അകത്തുനിന്ന് മറുപടിയൊന്നുമുണ്ടായില്ല. ഒരു നേർത്ത കാറ്റ് വേലായുധനെ തൊട്ടുരുമ്മി കടന്നുപോയി. അയാൾക്കത് മരണം മണത്തു. ഒരു ലഹരിപോലെ അയാളത് മൂക്കിലേക്ക് വലിച്ചെടുത്തു.

"മേഴ്സിക്കുട്ടീ... നീയവിടെ എന്തു ചെയ്യുകയാണ്?"

"ഞാനെന്തൊക്കെയോ ഓർത്തുകൊണ്ടിരിക്കുകയാണ് വേലായുധാ.."

"നീയെന്താണ് ഓർത്തുകൊണ്ടിരിക്കുന്നത്?"

"എനിക്കറിയില്ല. മരിച്ചവരുടെ ഓർമ്മകൾ തീരെ അടുക്കുംചിട്ടയുമില്ലാത്തതാണെന്ന് നിങ്ങൾക്കറിയില്ലേ വേലായുധാ."

"മേഴ്സിക്കുട്ടീ... നിനക്ക് ജീവിക്കണമെന്ന് തോന്നുന്നുണ്ടോ?"

അകത്തുനിന്നും വീണ്ടും മൗനം ഉത്തരം തീർത്തു. ഏതോ ഉദ്ബോധനത്തിലെന്നപോലെ ഒരിക്കൽക്കൂടി വേലായുധൻ ഭൂമിയുടെ ഹൃദയമിടിപ്പളക്കാൻ പുറത്തേക്കിറങ്ങി ചെന്നു. അതിപ്പഴുമിടിക്കുന്നു. പക്ഷേ, എത്ര നേരം അത് നിലനിൽക്കുമെന്ന ആശങ്കമാത്രം ബാക്കിയാവുന്നു. ആ ആശങ്കയിൽ തന്റെ ഹൃദയമിടിക്കാൻ മറന്നു പോകുന്നതായി വേലായുധന് തോന്നി.

"വേലായുധാ നിങ്ങളെത്ര കാലമായി ഞങ്ങൾക്ക് കാവൽകിട

ക്കുന്നു?"

"എനിക്കറിയില്ല മേഴ്സിക്കുട്ടീ.. ചിലപ്പോൾ ദിവസങ്ങൾ, മാസങ്ങൾ, വർഷങ്ങൾ..... അതോ ജന്മങ്ങളോ? എനിക്കറിയില്ല."

"നിങ്ങളെത്ര മരണങ്ങൾ കണ്ടു?"

"അതും എനിക്കറിയില്ല. എന്റെ ഹൃദയം മരവിച്ചു പോയിരിക്കുന്നു. ഒന്നും ഓർത്തെടുക്കാനാവുന്നില്ല. ഒന്നു മാത്രമറിയാം. മേഴ്സിക്കുട്ടീ മരിച്ചവൻ എത്രയോ ഭാഗ്യവാൻ!"

അകത്തുനിന്ന് അടക്കിപ്പിടിച്ച ഒരു ചിരിയുയർന്നു. പതിയെ അതൊരു തേങ്ങലായി പരിണമിച്ചുവോ?

"മേഴ്സിക്കുട്ടീ നീ കരയുകയാണോ?"

പിന്നെയും മൗനം. മേഴ്സിക്കുട്ടിയുടെ മൗനം പോലും തീവ്രമായൊരു ഭാഷയാണെന്ന തിരിച്ചറിവ് അയാളെ അലോസരപ്പെടുത്തി. പിന്നെയും അയാൾ പുറത്തേക്കിറങ്ങി നടന്നു.

ഭൂമിയുടെ മാറിടത്തിലിപ്പോൾ ഹൃദയമിടിപ്പിന് വേഗത കുറഞ്ഞിരിക്കുന്നു. മരണം കാത്തുകിടക്കുന്ന ഒരു വയോധികന്റെ ഹൃദയമിടിപ്പുകൾക്ക് സമാനമാണതെന്നയാൾക്ക് തോന്നി. അയാൾ തിരികെ ഇരിപ്പിടത്തിലേക്ക് മടങ്ങുമ്പോൾ മേഴ്സിക്കുട്ടിയുടെ മൗനത്തിന് അതിന്റെ തീവ്രത കൈമോശം വന്നിരുന്നു.

"വേലായുധാ, നിങ്ങളോർക്കുന്നുണ്ടോ ഞാനെന്നാണിവിടേക്ക് വന്നതെന്ന്?"

വേലായുധനൊന്നും പറയാനില്ലായിരുന്നു. മേഴ്സിക്കുട്ടി അതാഗ്രഹിച്ചിരുന്നില്ലതാനും. ചോദ്യവും ഉത്തരവുമെല്ലാം തന്റെ കടമയാണെന്നവൾ വിശ്വസിച്ചിരുന്നു.

"അതൊരു മഴക്കാലത്തായിരുന്നു. ദിവസമെനിക്കോർമ്മയില്ല. മഴയെന്നാൽ പേമാരിയായിരുന്നു. കഴുത്തറ്റം വെള്ളമായിരുന്നു പുരമുറ്റത്ത്. മഴവെള്ളപ്പാച്ചിലിൽ ഒഴുകിയൊഴുകി എന്റെ ശ്വാസം നിലച്ചതെപ്പോഴെന്നെനിക്കറിയില്ല. പതിയെ ശരീരത്തിന്റെ ഭാരമില്ലാതാവുന്നത് ഞാനറിഞ്ഞു. അതുവരെ മിടിച്ചിരുന്ന ഹൃദയം മൗനമവലംബിച്ചത് ഞാനറിഞ്ഞു. ഞാൻ മരിച്ചിരുന്നു വേലായുധാ..."

മേഴ്സിക്കുട്ടി കരയുകയായിരുന്നിരിക്കണം. വേലായുധന്റെ മരവിച്ച ഹൃദയത്തിനത് തിരിച്ചറിയാനായില്ല. അയാൾ നിസ്സംഗനായി ദൂരേക്ക് കണ്ണയച്ചിരുന്നു.

"വേലായുധാ, എത്ര കാലമായി ഞാനിതിന്നുള്ളിൽ, നിങ്ങൾ പറഞ്ഞതുപോലെ ദിവസങ്ങൾ, മാസങ്ങൾ, വർഷങ്ങൾ, ചിലപ്പോൾ ജന്മങ്ങൾ തന്നെ. അതിനിടയിൽ എത്ര പേരിവിടെ വന്നു? എത്ര മഴക്കാലങ്ങൾ, വേനൽക്കാലങ്ങൾ, മഞ്ഞുകാലങ്ങൾ... വേലായുധാ, നിങ്ങൾ കേൾക്കുന്നുണ്ടോ?"

വേലായുധൻ ഒന്ന് മൂളി.

"ഇവിടെ മുഴുവൻ ഇരുട്ടാണ് വേലായുധാ... അവിടെയോ?"

"ഇവിടെയും."

വേലായുധൻ ചുറ്റുമൊന്ന് കണ്ണോടിച്ചു. സൂര്യനുദിച്ചിട്ടില്ല. ഉദിക്കുമോയെന്നറിയില്ല. ഇല്ല, ഉദിക്കുമായിരിക്കും. മരണാസന്നയായി കിടക്കുന്ന തന്റെ പ്രിയതോഴിയെ കാണാൻ സൂര്യൻ വരാതിരിക്കില്ല.

"വേലായുധാ, എത്ര രാത്രികൾ നമ്മളിങ്ങനെ സംസാരിച്ചിരിക്കുന്നു. എനിക്ക് വല്ലാതെ ആഗ്രഹം തോന്നുന്നു, ഭൂമിയുടെ പച്ചപ്പ് കാണാൻ, കിളികളുടെ പാട്ട് കേൾക്കാൻ, നാസികാ ദ്വാരങ്ങളെ മറച്ചുപിടിക്കുന്ന ഈ പഞ്ഞിത്തുണ്ടുകൾ വലിച്ചെറിഞ്ഞ് ഒരൽപ്പം ശുദ്ധവായു ശ്വസിക്കാൻ... ദയവായി ഈ കതകൊന്ന് തുറക്കൂ വേലായുധാ...."

തന്റെ വാക്കുകൾക്ക് നഷ്ടപ്പെട്ടുപോയ അർത്ഥം തിരിച്ചുകിട്ടിയതായി വേലായുധന് തോന്നിയപ്പോൾ.

"മേഴ്സിക്കുട്ടീ... ഞാനീ കതക് തുറക്കുമായിരുന്നു. നിനക്ക് കാണാൻ ഒരു പുൽത്തരിയെങ്കിലും ഇവിടെ അവശേഷിച്ചിരുന്നെങ്കിൽ... ഒരു കിളിയെങ്കിലും നിനക്കുവേണ്ടി പാടുമായിരുന്നെങ്കിൽ... ഇതിപ്പോൾ ജീവനോടെ മരിച്ചവരുടെ ഒരു മോർച്ചറിയാണ്. ഈ കതകിനപ്പുറമുള്ള ലോകം നിനക്ക് നല്ലതൊന്നും സമ്മാനിക്കുകയില്ല."

വേലായുധനൊന്ന് നിർത്തി. തന്റെ മൗനത്തിനും തീവ്രമായൊരു ഭാഷയാകാനാവുമെന്ന തിരിച്ചറിവ് അയാളെ അത്ഭുതപ്പെടുത്തി.

"മേഴ്സിക്കുട്ടീ, ഞാനും നീയും കുട്ടപ്പനും ഷഫീറും ആമിനയും ജോണിക്കുട്ടിയും കവിയും സഖാവും എല്ലാവരും ചേർന്ന് പണി കഴിപ്പിച്ചതാണീ മോർച്ചറി. വീടുവെക്കണം, റോഡുണ്ടാക്കണമെന്നൊക്കെ പറഞ്ഞ് കാടു വെട്ടിത്തളിച്ചതും കുന്നുകൾ ഇടിച്ചു പൊളിച്ചതും വയൽ മണ്ണിട്ടുമൂടിയതും പുഴയുടെ അടിത്തട്ട് തുരന്നതുമെല്ലാം നീയിത്ര പെട്ടെന്ന് മറന്നുപോയോ?"

അകത്തുനിന്നും പിന്നെ ശബ്ദമൊന്നുമുണ്ടായില്ല. ചിലപ്പോൾ മേഴ്സിക്കുട്ടി ഉറങ്ങിക്കാണും. കുട്ടപ്പനും അബ്ദുള്ളയും ഷഫീറും ആമിനയും ജോണിക്കുട്ടിയും കവിയും സഖാവും ഉറങ്ങിക്കാണും. ദൈവം അവർക്കെന്നും സുഖനിദ്ര അനുവദിച്ചു നൽകിയിരിക്കുന്നു. ദൈവമേ നീ മഹാനാകുന്നു.

ഒരിക്കൽക്കൂടി അയാൾ മുറ്റത്തേക്കിറങ്ങിച്ചെന്ന് ഭൂമിയുടെ മാറിടത്തോട് ചെവി ചേർത്തു. അവിടം നിശ്ശബ്ദമായിരിക്കുന്നു. ഒടുക്കം അത് സംഭവിച്ചിരിക്കുന്നു. ബന്ധനത്തിൽ നിന്നും മോചിതനായവന്റെ ആഹ്ലാദത്തെപ്പോലെന്തോ ഒന്ന് അയാളിൽ മിന്നിമാഞ്ഞു. വേലായുധൻ 'മരിച്ചവരുടെ മോർച്ചറി'- യുടെ വാതിലിൽ മുട്ടി വിളിച്ചു.

"മേഴ്സിക്കുട്ടീ, അവിടെ കട്ടിൽ വല്ലതും ഒഴിവുണ്ടോ? നിങ്ങൾക്ക് ഒരതിഥിയുണ്ട്."

പൊട്ട് വിപ്ലവം

റഹീന

തലചായ്ച്ച് തേങ്ങുന്ന ഓർമ്മകൾ
പുഴത്തണുപ്പിലും മഴയനക്കത്തിലും ഉറങ്ങാറേയില്ല.
ചേക്കുപക്ഷികൾ ചിലയ്ക്കുമ്പോഴും
മുനിഞ്ഞു കത്തുന്ന ഓർമ്മകൾ
വാടിയ ലില്ലിപ്പൂക്കളിൽ
വിടർന്ന ഇന്നലെകളെ
നനുത്ത കവിതകളായി ഡയറിത്താളിൽ കോറിയിട്ടു.
കാവൽ നക്ഷത്രങ്ങൾ ആകാശപ്പടിവാതിൽപ്പഴുതിലൂടെ ഒളിഞ്ഞു നോക്കുമ്പോൾ
ഓർമ്മകൾ ചിരഞ്ജീവിയെപ്പോലെയെന്ന് കരിങ്കൽച്ചീളുകൊണ്ട് ഞാനും ഹൃദയത്തിലെഴുതി..

മഴയിൽ കുതിർന്ന ജൂണിന് കുട പിടിച്ചുകൊടുത്ത് ജൂലൈ ഒച്ചയില്ലാത്ത നേരിയ മഴയനക്കങ്ങളിലൂടെ മുന്നോട്ട് നടക്കാൻ തുടങ്ങി. നിഷ്കളങ്കതയുടെ നിലാവും പരിശുദ്ധിയുടെ തെളിനീരും മനസ്സിൽ തുടികൊട്ടിപ്പാടിയ ബാല്യ, കൗമാരം.

പാതിവിടർന്ന മുല്ലയുടെയും കൗമാരം തുളുമ്പിയ പെണ്ണിന്റെയും സൗന്ദര്യം ഒരുപോലെയെന്ന് ഡയറിത്താളിൽ പെണ്ണിന്റെ സൗന്ദര്യ ഭാവത്തെ വർണ്ണിച്ചെഴുതിവച്ചു.

അസർമുല്ല പൂക്കുന്ന സമയത്തും വിരിയാത്ത കുടമുല്ലക്കെട്ടിൽ വെള്ളം നനച്ചു കൊടുക്കും. ഇടയ്ക്കിടെ തലയിൽ വച്ചിട്ട് ഇരുവശത്തായി മുന്നിലേക്കു കെട്ടിയ മുല്ലപ്പൂ നീട്ടിയിടും. മുടിയിൽ വയ്ക്കുന്നതിനെക്കാൾ പാതിമിഴി തുറന്ന മുല്ലമാല തോളിന് ഇരുവശത്ത് നീട്ടിയിടുന്നതിലെ സൗന്ദര്യ സങ്കല്പത്തെക്കുറിച്ചിന്നുമറിയില്ല.

സ്കൂളിൽ വിദ്യാഭ്യാസ വകുപ്പുമന്ത്രി പുതിയ കെട്ടിടം ഉദ്ഘാടനം ചെയ്യാൻ വരുന്നതിന്റെ മുന്നോടിയായി മന്ത്രിയെ താലപ്പൊലിയേന്തി സ്വീകരിക്കാൻ കുറച്ചു പെൺകുട്ടികളെ തെരഞ്ഞെടുത്തതിൽ ഒരാൾ ഞാനായിരുന്നു.

ഉണരാത്ത പ്രഭാതത്തിന്റെ മിഴിയെ വലിച്ചുതുറന്ന് കുളിച്ചൊരുങ്ങി കസവുടുത്തു മുല്ലപ്പൂവും ചൂടി നെറ്റിയിൽ ചുവന്ന കുഞ്ഞിപ്പൊട്ടും നെറ്റിയിലും കഴുത്തിലും ചന്ദനക്കുറി തൊടുവിരലാൽ വരച്ചുചേർത്തു.

കൗമാര സുന്ദരീശില്പങ്ങൾക്കിടയിൽ ഞാനും തട്ടത്തിൻ മറയത്തെ രൂപത്തിലും ഭാവത്തിലും നിന്ന് പുതിയ രൂപത്തിലേക്ക് വഴിമാറി ഒരറ്റത്ത് ഒതുങ്ങിനിന്നു. പെൺകുട്ടികളായാൽ അടക്കത്തോടും ഒതുക്കത്തോടും വളരണമെന്ന വരിയിലെ ഒതുക്കൽ കേട്ടുമടുത്ത കാലമായിരുന്നു അത്.

ഒതുക്കിയും ഒതുങ്ങിയും കടന്നുപോയകാലം. സ്വന്തം ശരീരം പോലും അനങ്ങാതെ നടക്കാൻ സ്വയം പഠിച്ചു കഴിഞ്ഞിരുന്നു. ഒരു കൈ ബാഗിലും മറ്റെ കൈ ഷാളിലും മുറുകെപ്പിടിച്ച് ഭൂമിയിലെ മണ്ണനക്കം മാത്രം നോക്കി റോഡിനോരം ചേർന്ന് സ്കൂൾ, കലാലയയാത്രയുടെ കാലത്തെ ഈ ഒതുങ്ങിയ നല്ലനടപ്പിന് കലാലയമുറ്റത്ത് അത്ര നല്ല തല്ലാത്ത ഇരട്ടപ്പേരും അന്ന് വീണുകിട്ടി.

തലയിൽ നിന്നും തട്ടം മാറ്റാത്ത കുട്ടിയുടെ പരകായ പ്രവേശത്തിന്റെ സൗന്ദര്യബോധങ്ങളുടെ അഭിനന്ദന പ്രവാഹം; മനസ്സിൽ ആനന്ദത്തിന്റെ കൊടിയിറങ്ങാൻ അധികം സമയം വേണ്ടിവന്നിരുന്നില്ല. ആത്മീയ പഠനത്തിൽ സ്വന്തം തട്ടകത്തിൽ ഏറ്റവും ഉയർന്നതലംവരെ പഠിച്ച പെണ്ണ് പൊട്ടുതൊട്ടു, തലയിലെ തട്ടംമാറ്റി സമൂഹത്തിനും സമുദായത്തിനും കുട്ടികൾക്കും മാതൃക കാട്ടേണ്ടവൾ വഴിതെറ്റി. പഠിക്കാൻ വിട്ടപ്പോൾ മാനത്തുകണ്ണിയെ പിടിച്ചുകൊണ്ട് കലുങ്കിനടിയിലിരുന്ന ഭയങ്കരൻമാർക്കെല്ലാം മതഭ്രാന്തിളകി.

വിഷക്കാറ്റ് ചുറ്റും വീശാൻതുടങ്ങി. പൊട്ട് വിപ്ലവം പൊട്ടിപ്പുറപ്പെട്ട വഴികളിൽ വിഷവിപ്ലവകാരികൾ അച്ഛനെയും സഹോദരനെയും വഴിയിൽ തടഞ്ഞുനിർത്തി അപമാനിക്കാനും കുറ്റപ്പെടുത്താനും തുടങ്ങി. വിപ്ലവവേരുകൾ കുടുംബത്തിലും പടർന്നു. കുടുംബത്തിലെ കൂട്ടുകാരികളുടെ മുന്നിൽ എന്തോ വലിയ കൊലപാതകം ചെയ്ത കുറ്റവാളിയെപ്പോലെ ഞാൻ തലകുനിച്ചു നിന്നു. കുറ്റപ്പെടുത്തുന്ന അവരുടെ ചോദ്യങ്ങൾക്ക് ഉത്തരം മൗനമായിരുന്നു. അന്ന് മുതലാണ് മൗനം ആരെയും തോൽപ്പിക്കാൻ കഴിയുന്ന വികാരമാണെന്ന് മനസ്സിലാക്കിയത്. പൊട്ടിലും തട്ടത്തിലും വഴിതെറ്റിയവൾ തെറ്റിയ വഴിയിൽ വേദനയോടെ താടിക്ക് കൈയുംകൊടുത്തിരിപ്പായി.

പ്രതികരണ ശേഷിയില്ലാത്തവൾ....

നടന്നുപോകുന്ന വഴികളിലെ കിളികളോട് പറഞ്ഞുകൊണ്ടേയിരുന്നു. 'ആത്മവിശ്വാസമാണ് ദൈവവിശ്വാസം' കാണാത്തൊരു

ദൈവമുണ്ടെന്ന് വിശ്വസിക്കുന്നത് നമ്മുടെ ആത്മവിശ്വാസമാണ്.

പാറക്കെട്ടിലൂടെ ഒഴുകുന്ന പുഴയ്ക്കരുകിലിരിന്ന് കുഞ്ഞുകല്ലുകൾ പെറുക്കിയെറിഞ്ഞ് ഓളങ്ങളെ നോവിച്ചുകൊണ്ട് അതിനോടും പറഞ്ഞു.

'മറ്റുള്ളവരെ കാണിക്കാനുള്ളതല്ല എന്റെ വിശ്വാസമെന്ന്.' പ്രായവും ചിന്തയും വെല്ലുവിളിയായപ്പോൾ ഉറക്കെയുറക്കെ പ്രകൃതിയുടെ ഓരോഭാവങ്ങളോടും വിളിച്ചു പറഞ്ഞുകൊണ്ടേയിരുന്നു. അടിച്ചമർത്തലിന്റെ സ്വരമായിരുന്നു എല്ലായിടത്തും.

ഒരു വിശ്വാസത്തെ ഏറക്കുറെ അറിഞ്ഞപ്പോൾ എല്ലാം അറിയാൻ ശ്രമിച്ച നിമിഷം ഉള്ളിൽക്കിട്ടിയ വെളിച്ചത്തെ മുറുകെപ്പിടിച്ചു.

ആത്മാവ് പരമാത്മാവിനോട് സംവദിക്കാൻ തുടങ്ങി.

ചിന്തകളുടെ വരമ്പത്തുകൂടെ മൗനമായി ഏറെദൂരം നടന്നു. എങ്ങനെ പ്രതിഷേധിക്കും! എങ്ങനെയാണ് യാഥാർത്ഥ്യത്തെ മറ്റുള്ള വരുടെ ചിന്തയിൽ കുറിക്കാൻ കഴിയുക! കാണുന്ന ചുമരിലൊക്കെ അക്ഷരങ്ങൾകൊണ്ട് ആരും കാണാതെ കുത്തിക്കുറിക്കാൻ തുടങ്ങി. സമൂഹം മുറിവേല്പിക്കും അടിച്ചമർത്തും; ദൈവത്തിന്റെ പരീക്ഷണ ത്തിനിരയാവും തുടങ്ങിയ ഓർമ്മപ്പെടുത്തൽ ചിന്തയിൽ ചൂളം വിളിച്ചുകൊണ്ടേയിരുന്നു. എന്നായാലും പുറന്തോടിൽനിന്ന് പുറത്ത് വരേണ്ടസമയത്ത് പുറത്ത് വരാതെയിരിക്കാൻ കഴിയില്ലെന്ന് അന്നേ ഉറപ്പിച്ചു.

വിഷപ്പാമ്പുകൾ ഇഴയുന്ന ഇടവഴികളിലൂടെ ഭയപ്പാടോടെയാണ് അന്ന് ഞാൻ നടന്നത്.

വിഷച്ചങ്ങല പുറമെ മുറുകിക്കൊണ്ടേയിരുന്നു. അകമേ ഓരോ കണ്ണിയും അറിവുകൊണ്ട് ഇളക്കിക്കൊണ്ടുമിരുന്നു. ഉപദേശ പിശാചുക്കൾ മുന്നിൽ നൃത്തംവെച്ചു.

അന്ധവിശ്വാസത്തിന്റെ അടിമകളാണ് ചുറ്റിലുമെന്നു പറഞ്ഞ് ദൈവ ത്തോട് അന്ന് പലതവണ ഞാൻ കലഹിച്ചു.

ഓട്ടോഗ്രാഫിന്റെ താളുകൾ ഓർമ്മക്കുറിപ്പെഴുതാൻ മറിഥാൻ തുടങ്ങി. സ്കൂളിൽനിന്ന് പടിയിറക്കത്തിന് സമയമായി. എസ് എസ് എൽ സി സർട്ടിഫിക്കറ്റിൽ പതിപ്പിക്കാൻ പുതിയ ഫോട്ടോയുടെ ആവശ്യം എന്റെ മുന്നിൽവന്നുനിന്ന് നിർബ്ബന്ധം പിടിച്ചു.

സ്റ്റുഡിയോയിൽ ഫോട്ടോയെടുക്കാൻ പോകുമ്പോൾ ഉള്ളിലൊരു തീ ആളിക്കത്തുന്നുണ്ടായിരുന്നു. പൊട്ട് വിപ്ലവത്തിനെതിരെ പ്രതിഷേ ധിക്കണം. പഠിപ്പിച്ച അച്ഛനെ കുറ്റംപറഞ്ഞവരോട് പ്രതിഷേധിക്കണം. വിപ്ലവാഗ്നി ഉള്ളിൽ ആളിക്കത്തി.

മേക്കപ്പ് റൂമിൽ കയറി ആദ്യം തലയിലെ തട്ടംമാറ്റി. ജീവിതാവ സാനം വരെ സൂക്ഷിക്കുന്ന എസ് എസ് എൽ സി ബുക്കിൽ ആരുമറിയാതെ പ്രതിഷേധം രേഖപ്പെടുത്തി. വേഷം കൊണ്ടും അടയാളങ്ങൾ കൊണ്ടും മനുഷ്യനെ കുത്തിത്തിരിപ്പ് ഉണ്ടാക്കുന്ന ലോകത്തിനെതിരെ ആദ്യമായി പ്രതികരിച്ചു.

തിരികെ ഫോട്ടോയുംകൊണ്ട് വീട്ടിൽ എത്തിയപ്പോൾ ഫോട്ടോ കണ്ട് ഉമ്മയുടെ കടിച്ചുകീറാൻ വന്ന രോഷം വാപ്പയുടെ പുഞ്ചിരിയിൽ അവസാനിച്ചു. ആ പുഞ്ചിരിയായിരുന്നു പിന്നെ മുന്നോട്ടുള്ള എന്റെ അന്നത്തെയും ഇന്നത്തെയും വഴിയിലെ വെളിച്ചം. മുഖപുസ്തകത്തിൽ ഇടയ്ക്കിടെ പത്താം ക്ലാസുകാരിയുടെ ഫോട്ടോ പോസ്റ്റ് ചെയ്ത് ആത്മ നിർവൃതി കൊള്ളും.

തലയിൽ തുളസിക്കതിർ ചൂടിയും കൂട്ടുകാരികൾ കൊണ്ടുവരുന്ന ചന്ദനം കഴുത്തിലിട്ടും അരവണയും വെള്ളയപ്പവും കഴിച്ച് പ്രണയങ്ങൾ പൂത്തുനിന്ന കലാലയമുറ്റത്ത് ആകാശം പൊട്ടിപ്പിളരുന്നതും ഭൂമി വിണ്ടുകീറുന്നതും നോക്കിനിന്നു. കപടമുഖംമൂടികൾക്ക് നേരെ ആയിരംവട്ടം മനസ്സിൽ കൊഞ്ഞനം കുത്തി.

പഠിപ്പിച്ച ശിഷ്യ സ്കൂളിൽനിന്നും കലാലയ മുറ്റത്തേക്ക് കടന്നു പോകുമ്പോൾ ബന്ധിക്കപ്പെട്ട ചങ്ങലകൾ മുറിച്ചുമാറ്റിയ കഥയറിഞ്ഞ മദ്രസയിലെ ഗുരു ഇടയ്ക്കിടെ ശിഷ്യയെ കാണാൻ വീട്ടിൽ വരാൻ തുടങ്ങി. ഉപദേശക്കാറ്റ് വീശുമെന്ന് പ്രതീക്ഷിച്ചു; പക്ഷേ, ഒന്നുമുണ്ടായില്ല. എന്റെ ശരികളിലൂടെ കടന്നുപോകാനുള്ള മൗനാനുവാദമായിരുന്നു. മരണംവരെ ശിഷ്യയുടെ കൈയിൽനിന്ന് വീട്ടിൽ വന്നു വെള്ളം വാങ്ങിക്കുടിച്ച് കടന്നുപോയ നിമിഷങ്ങളൊക്കെയും എനിക്ക് നൽകിയ അനുഗ്രഹങ്ങളായിരുന്നു.

ഞാൻ എന്നിലേക്ക് മടങ്ങുംവരെ മറ്റുള്ള ചിന്തകളിൽ ഞാനൊരു കിളിക്കൂട് കെട്ടും. അതിൽ മുട്ടയിടും അടയിരിക്കും. നന്മയുടെ ചിറക് മുളയ്ക്കുമ്പോൾ ആകാശത്തേക്ക് പറത്തിവിടും.

വേഷംകൊണ്ട് തിരിച്ചറിയാത്തവളെ പേരുകൊണ്ട് തിരിച്ചറിയാൻ ശ്രമിക്കുന്ന മനുഷ്യൻമാരോട് 'മനുഷ്യനാണെന്ന് തോന്നുന്നില്ലേയെന്ന്' ചോദിച്ച് പൊതുജനഹൃദയത്തിലൂടെ പുഞ്ചിരി തൂകിയിന്നും കടന്ന് പോകുന്നുണ്ട്.

ഒരു വാക്കിൽ ചിന്തിപ്പിക്കാനും ഒരു പ്രവൃത്തിയിൽ ചലിപ്പിക്കാനും മനുഷ്യനോളം മാറ്റാർക്കും കഴിയില്ലെന്നത് അനുഭവ സത്യം.

പലായനം

ഹരിപ്രിയ സി

ആ തെരുവിന് നരച്ച ചോരയുടെ നിറമായിരുന്നു...മൃതപ്രായമായ തെരുവുവിളക്ക് അന്ധരായ ജനങ്ങൾക്കുമേൽ മൂർച്ചയില്ലാത്ത വെളിച്ചം പ്രസരിപ്പിച്ചു...വന്ധ്യംകരിക്കപ്പെട്ട കൊടിച്ചിപ്പട്ടികൾ ഇണചേരുന്നതിനു പിന്നിലെ കാരണങ്ങൾ ആലോചിക്കുകയായിരുന്നു അവൾ... തന്നെ ചൂഴ്ന്നത് അനാരോഗ്യം ബാധിച്ച വെളിച്ചമായിരുന്നെങ്കിലും ഇരുട്ടിന്റെ നിബിഡതയിൽ അവൾ ആയുസ്സെന്ന വരണ്ട നദിയുടെ മാറുപിളരുന്നത് കണ്ടു.....അവൾ തന്റെ അച്ഛന്റെ കയ്യിൽ വീണ്ടും മുറുകെ പിടിച്ചു. അച്ഛൻ തന്റെ കീശയിൽ കഥകൾക്കായി തപ്പി... പരാജയമായിരുന്നു ഫലം.

കാഴ്ചകളിൽനിന്ന് കാഴ്ചകളിലേക്ക് നടക്കുന്ന ഓരോരോ യാത്രയിലും താൻ അന്ധയാവുകയാണ് എന്ന തിരിച്ചറിവോടെ അവൾ നിറമില്ലാത്ത കാഴ്ചകളിലേക്ക് വീണ്ടും മുഖം പൂഴ്ത്തി... അവൾക്ക് പതിനേഴുവയസ്സായിരുന്നു. കൗമാരത്തിന്റെ അത്യുഷ്ണത്തിൽ അവളുടെ ചിന്താലോകത്ത് വാകകൾ പൂത്തു... ആ പൂവിന്റെ ഗർഭാശയത്തെ ഞെരിച്ചുടച്ച് അവൾ ക്രൂരമായി നിരന്തരം ചിരിച്ചു. പണ്ട് വഴിവക്കിലെ പൂവിന്റെ ചിരി തല്ലിക്കൊഴിച്ചു. ചിരിച്ച ചുടുകാറ്റ് അവളെ വീണ്ടും തിരക്കിവന്നു...

"ചേച്ചീ... എല്ലാം... ഇച്ചീച്ചീ...."

വാടകവീട്ടിലെ നീരുവറ്റിയ മുറിയിലിരുന്നു തന്റെ അനിയത്തി അന്ന് പറഞ്ഞ വാക്കുകൾ കാലുമുട്ടുകൾക്കിടയിൽ കിടന്ന് പിടഞ്ഞുചത്തു... ഭ്രാന്താശുപത്രിയുടെ തണുത്ത ഇടനാഴികളിൽ മുലപ്പാൽ ചുരത്തിയ മേഘം തലതല്ലി മരിച്ചു...

"അച്ഛാ..."

"മോളേ..."

പണ്ട് നടന്ന അതേ വഴിയിലൂടെയായിരുന്നു സഞ്ചാരമെങ്കിലും വാക്കുകൾ വഴിമറന്നമട്ടുണ്ട്. അതിർത്തിരേഖകൾ കൊണ്ട് മുറിവേറ്റ വാക്കിന്റെ മുഖം വികൃതമായും ശൂന്യമായും കിടന്നു.. അച്ഛൻ പറഞ്ഞു

തന്ന കഥകൾ, ഇടറിയ തൊണ്ടയിൽ മധുരം പുരട്ടി ചൊല്ലിയ കവിതകൾ, പാട്ടുകൾ.. എല്ലാം ചേർന്ന് അവളെ ഓർമ്മയുടെ ശരശയ്യയിൽ കിടത്തി. ക്രൂരമായ ബലാത്സംഗത്തിനിരയാക്കി... അവളിലെ ചകിതയായ ബാലിക ആ കിടക്കയിൽ നിന്ന് വേദനയുംപേറി വേച്ചുവേച്ചു നടന്നു.

അവളും അച്ഛനും നടന്നെത്തിയ ലോഡ്ജിന് എന്തിന്റെ മണമായിരുന്നു...? മണമില്ലായ്മയുടെ മണമോ.. കാഴ്ചയില്ലാത്തവന്റെ കാഴ്ച പോലെ.. എന്തൊക്കെയോ... അവൾ തന്റെ അച്ഛന്റെ വിരലുകളിലേക്ക് നോക്കി. അതിൽ കറിക്കത്തികൊണ്ട് വരഞ്ഞതുപോലെ അനേകം വരകൾ... നഖങ്ങളിൽ അഴുക്ക് പുരണ്ടിരുന്നു. കാണെക്കാണെ അഴുക്ക് ശോണിമ കൈവരിക്കുന്നത് അവളറിഞ്ഞു. ലോഡ്ജ് മുറിയുടെ ഭിത്തിയിൽ ആരെല്ലാമോ രാത്രികണ്ട നീലച്ചിത്രങ്ങളുടെ അവശേഷിപ്പുകൾ പോലെ ഗുഹാന്തരങ്ങളിൽ മനുഷ്യൻ വരച്ച പ്രാകൃതമായ ചിത്രങ്ങളുമായി സാദൃശ്യമുള്ള അനേകം നഗ്നചിത്രങ്ങൾ അവൾ കണ്ടു. അമ്മ എന്ന ചിത്രം അവളുടെ ഹൃദയമില്ലായ്മയെ കീറി മുറിച്ചു. അവൾ അച്ഛന്റെ കൈകളിൽ വീണ്ടും മുറുകെ പിടിച്ചു. അവൾ അച്ഛന്റെ പുതിയ കഥയ്ക്കായി നാവുനീട്ടി...

അച്ഛൻ പറഞ്ഞു

"കഥകളിൽനിന്ന് പലായനം ചെയ്യാനല്ലേ കുഞ്ഞേ... ഇന്നിവിടെ നമ്മൾ വന്നത്..."

അവളുടെ ചിന്തയിലൂടെ നിരങ്ങിനീങ്ങിയ അമ്മയുടെ ശരീരത്തിലേക്ക് അവൾ മിഴിയെറിഞ്ഞു... അമ്മയും പറയുന്നുണ്ടായിരുന്നു...

"പലായനം....."

പണ്ട് പണ്ട് ഇച്ചീച്ചിയായിപ്പോയ അനിയത്തിയും പൂക്കാതെയായ അമ്മമരവും... പേപിടിച്ച നഗരവും പേനരിച്ച അച്ഛന്റെ തലയും... പിന്നെ പുഴുവരിച്ച കനവും കിനാവും ചേർന്ന് നിർമ്മിച്ചെടുത്ത കാലാഹരണപ്പെട്ട പളുങ്കുഭരണി അവൾ ആ ലോഡ്ജ് മുറിയുടെ ഭിത്തിയിൽ എറിഞ്ഞു തകർത്തു. അച്ഛന്റെ ചിരിയിലേക്ക് അവൾ കണ്ണീരിന്റെ കാളകൂടം കലക്കി... അച്ഛന്റെ മുലപ്പാൽ കുടിച്ചവളായിട്ടും അയാളുടെ നെഞ്ചിലേക്ക് അവളുടെ വിഷപ്പല്ല് വിശപ്പായി ആഴ്ന്നിറങ്ങി.... അവൾ കരഞ്ഞു...

"കഥയിൽ നിന്നും പലായനം ചെയ്യും മുൻപ് എന്നിലെ വസന്തത്തെ ചെമപ്പണിയിച്ചതെന്തിനാണച്ഛാ... എന്നെ ആ മുറികളിലേക്ക് വലിച്ചിഴച്ചതെന്തിനാണച്ഛാ... എന്റെ കഥകൾ കഥയില്ലായ്മകളാക്കിയത് എന്തിനാണച്ഛാ... മതിലിപ്പുറം ഞാനൊരു കെട്ടുകഥയാവുന്നതും നോക്കി....."

മുഴുവനാകാത്ത കഥകൾ എക്കാലവും കെട്ടുകഥയാണെന്ന തിരിച്ചറിവ് അവളെ മരുഭൂമിയിലൂടെ നടത്തി, തണുത്തുറഞ്ഞ പുഴയുടെ മാറിലൂടെ, അവൾ മുഖമില്ലാത്ത അനേകം ചിത്രങ്ങളെ വരച്ചുതീർത്ത് തിരിച്ചുനടന്നു. അവളുടെ അച്ഛൻ ഇച്ചീച്ചികളുടെ ജനയിതാവായതോർത്ത് പശ്ചാത്തപിക്കാൻ പോലുമാവാതെ വിലകുറഞ്ഞ മദ്യത്തിന്റെ മണമുള്ള ആ മുറിയിൽ നിദ്രയെ കാത്തിരുന്നു...

വിഷം തീണ്ടിയ പകലിന്റെ ജഡത്തിനുമേൽ ഇരുളിന്റെ കത്തിമുനയാൽ ജീവനൊടുക്കിയ പകലിന്റെ ചുടുനിണത്തിൽ പൊതിഞ്ഞു രണ്ടു കഥകൾ നിശ്ചലം കിടന്നു.

ശ്മശാനം

നയന നിശീകാന്ത്

എന്നത്തെയും പോലെ ഇന്നും ചന്ദ്രൻ അസ്തമിച്ചു, സൂര്യനുദിച്ചു. കടക്കാരുടെ ആരവങ്ങളുയർന്നു. പണ്ട് അങ്ങോട്ട് ചെന്ന് വല്ലപ്പോഴും കണ്ടിരുന്ന ബാങ്ക് ഓഫീസറന്മാർ ഇന്ന് എന്റെ വീട് അന്വേഷിച്ച് കിളികൾ കൂടുവിട്ട് തീറ്റതേടിപ്പോകുന്നതിനു മുമ്പേ ഇങ്ങെത്തി. പക്ഷേ, ഇന്നത്തെ ദിവസത്തിനൊരു പ്രത്യേകതയുണ്ട്. ഞാൻ അദ്ധ്വാനിച്ചുണ്ടാക്കിയ വീട് ഇന്നെനിക്ക് നഷ്ടപ്പെടാൻ പോകുകയാണ്. കരയണോ, ചിരിക്കണോ എന്നറിയില്ല. കരയാനാണേൽ ഒരുപാടുണ്ട്. ചിരിക്കാനാണേലോ?

ഈ ഭ്രാന്തന് എന്തിന് ഒരു വീട്. ഇനിയും ആരോടും ഒരു പ്രതിബദ്ധതയും വേണ്ടല്ലോ? ഇനി എനിക്ക് മുമ്പിൽ ഒരാൾമാത്രം. ഞാൻ തനിച്ചാകുന്ന നിമിഷവും കാത്ത് എന്നെ കൂടെക്കൂട്ടാൻ എന്റെ മരണം കാത്തിരിക്കുന്നു. ഇനി അവനു കൂട്ടായി ഞാൻ പോകുവാണ്. പോകുന്നതിനുമുമ്പ് ഒരു തവണകൂടി ഞാൻ ആ വീട് ഒന്ന് നോക്കി. എന്റെ സ്വപ്നയ്ക്ക് വേണ്ടി ഞാൻ വെച്ച വീട്. എന്റെ അദ്ധ്വാനവും സ്നേഹബന്ധങ്ങളും കൂട്ടിയുണ്ടാക്കിയ വീട്. പക്ഷേ, ഇത് ഇന്ന് ഒരു ശവപ്പറമ്പായി മാറി. ഞാൻ ഒരു ഭ്രാന്തനും. ഹാ! കാലത്തിന്റെ ഓരോരോ കളികളെ....

'സ്വപ്നയോ അതാരാ?' ആ ചോദ്യം കേട്ടാണ് എന്റെ സ്വപ്നത്തിൽ നിന്നും ഞാൻ ഉണർന്നത്. ഹാ! അത് പറയാൻ മറന്നു. അവൾ എന്റെ എല്ലാമെല്ലാമായിരുന്നു. അക്ഷരം പഠിച്ച കാലംമുതലേ എനിക്ക് അവൾ ജീവനായിരുന്നു. സ്കൂളിലും കോളേജിലുമെല്ലാം ഒരുമിച്ച്. എനിക്ക് ഒരു ജോലി കിട്ടിയിട്ട് വിവാഹം എന്നാണ് തീരുമാനിച്ചത്. അന്നവൾക്ക് 21 വയസ്സ്. ജോലി കിട്ടി അവളുടെ വീട്ടിൽ ചെന്ന് പെണ്ണാലോചിച്ചപ്പോൾ

സ്വന്തമായി ഒരു വീട് പോലും ഇല്ലാത്തവന് എന്റെ മോളെ എങ്ങനെയാണ് കൊടുക്കുക എന്ന് അവളുടെ അച്ഛൻ ചോദിച്ചു. പിന്നെ അവളുടെ ആവശ്യപ്രകാരം ഞാൻ ഒരു വീട് വെച്ചു. ജോലി ചെയ്തു മാത്രമല്ല കടം വാങ്ങിയും അമ്മയുടെയും പെങ്ങളുടെയും സ്വർണ്ണം പണയം വെച്ചുമൊക്കെ...

അങ്ങനെ ഞാൻ എന്റെ സ്വപ്ന ഗൃഹം പണിതു. അച്ഛനില്ലാത്ത കുറവുകളൊന്നും അമ്മ ഞങ്ങളെ അറിയിച്ചിട്ടില്ല. വീട്ടുജോലി ചെയ്തും മറ്റ് കടകളിൽ സാധനങ്ങൾ എത്തിച്ചും ഒരുപാട് കഷ്ടപ്പെട്ടാണ് അമ്മ പെങ്ങളെ കെട്ടിച്ച് വിട്ടത്. ഞങ്ങളുടെ വിവാഹ ശേഷം സ്വർണ്ണം തിരിച്ചെടുക്കാം എന്ന് പറഞ്ഞാണ് ഞാൻ വാങ്ങിയത്. പെങ്ങളുടെ കല്യാണം കഴിഞ്ഞിട്ട് 5 വർഷമായി. അവളുടെ ഭർത്താവിന് സ്വല്പം പ്രായം കൂടുതലാ. അന്നത്തെ കാലത്ത് പണമൊന്നും കൊടുക്കാൻ ഇല്ലാതിരുന്നത് കൊണ്ടാണ് ഇങ്ങനെ ഒരു അബദ്ധം ചെയ്യേണ്ടിവന്നത്. പ്രായക്കൂടുതൽ ഉള്ളതുകൊണ്ടല്ല പുള്ളി ഭയങ്കര മദ്യപാനിയാ. എന്നും അവളെ ഉപദ്രവിക്കും. ഇതൊക്കെ ഞങ്ങൾ അറിയാൻ ഒരുപാട് വൈകി. എന്റെ ഭാവിക്ക് ഒന്നും സംഭവിക്കരുത് എന്ന് കരുതിയാകും. പാവം!

വീട് പണിയൊക്കെ കഴിഞ്ഞ് അമ്മയേയുംകൊണ്ട് ഞാൻ പിന്നേം അവളുടെ വീട്ടിലേക്ക് പോയി. ഇന്നത്തെപ്പോലെ വാട്ട്സാപ്പും ഫേസ്ബുക്കുമൊന്നും ഇല്ലാത്ത കാലം. വീട് പണിയാനുള്ള തത്രപ്പാടിൽ അവളെയൊന്ന് കാണാനോ വിളിക്കാനോ ഒന്നും പറ്റിയില്ല. എന്റെ വിഷമങ്ങൾ എല്ലാം അവൾക്ക് നന്നായി മനസ്സിലാകും എന്നെനിക്കറിയാമായിരുന്നു. വളരെ പ്രതീക്ഷകളോടെ അവളുടെ വീട്ടുമുറ്റത്തെത്തിയ എന്നെ വരവേറ്റത് ഒരുകൂട്ടമാൾക്കാരായിരുന്നു. മുറ്റത്തൊരുപാട് കസേര, വലിച്ചു മുറുക്കിയ ടാർപ്പ, ആൾക്കൂട്ടം ഇവയെല്ലാം എന്നിൽ പേടിയുളവാക്കി. വിളിക്കാതെയിരുന്നപ്പോൾ അവളിൽനിന്നും ഞാൻ അകന്നുവെന്ന തോന്നൽ ഉണ്ടായതാണോ അവൾ ഇങ്ങനെ ചെയ്തത്.... സ്ഥലകാലബോധം പോയ ഞാൻ എല്ലാവരെയും തട്ടിമാറ്റി മുറ്റത്തിന്റെ നടുവശം ലക്ഷ്യമാക്കി ഓടി. ചേതനയറ്റ അവളുടെ ശരീരത്തിന് പകരം ചേതനയറ്റ എന്റെ മനസ്സായിരുന്നു എനിക്ക് കാണാൻ കഴിഞ്ഞത്. അവളുടെ അച്ഛൻ അവളുടെ കൈ പിടിച്ച് മറ്റൊരാൾക്ക് കൊടുക്കുന്നു. തന്റെ കഴുത്തിലെ താലിയെ നോക്കി അവൾ മന്ദഹസിക്കുമ്പോൾ അറിയാതെ ആ മിഴികളിൽ ഈ മുഖം പതിഞ്ഞു.... അവളുടെ ചുണ്ടിലെ പുഞ്ചിരി പതിയെ പ്രതലത്തിൽ വീണ ജലകണങ്ങൾ ബാഷ്പീകരിക്കുന്നത് പോലെയായി. അവളുടെ പരിഭ്രമം കണ്ട അച്ഛൻ അവളുടെ സഹോദരന്മാരെ കണ്ണ് കാണിക്കുന്നത് ഞാൻ കണ്ടു. രണ്ടു ബലിഷ്ഠമായ കരങ്ങൾ എന്റെ ശരീരത്തിന്മേൽ സ്പർശിക്കുന്നത് മാത്രമേ എനിക്ക് ഓർമ്മയുള്ളൂ....

കണ്ണ് തുറന്ന എന്നെ ഒരു താലൂക്ക് ആശുപത്രിയായിരുന്നു വരവേറ്റത്. കരഞ്ഞു തളർന്ന അമ്മയേയും പെങ്ങളേയും എന്റെ അന

ന്തിരവൾമാരെയുമാണ് എനിക്ക് കാണാൻ കഴിഞ്ഞത്. എനിക്കെന്ത് പറ്റിയതാണെന്ന് കൃത്യമായി ഓർമ്മയില്ല. പക്ഷേ, ഒരു കടക്കാരന് എന്ത് വിശ്വസിച്ച് ഞാൻ എന്റെ മകളെ അയക്കുമെന്ന അയാളുടെ ചോദ്യവും, നീ സ്നേഹിച്ചത് എന്റെ പണത്തെയാണെന്നും നിന്റെ പെങ്ങളുടെ കല്യാണത്തിന് അമ്മ പണം ഉണ്ടാക്കിയ വഴി ഏതാണെന്ന് അച്ഛൻ പറഞ്ഞപ്പോഴാണ് അറിഞ്ഞത് എന്നൊക്കെ പറഞ്ഞപ്പോൾ അവളുടെ കുത്തിന് പിടിച്ചതും ഓർമ്മ വന്നു.

ശരീരത്തിലെ ചതവുകൾ മാറിയപ്പോൾ ഞാൻ വീട്ടിലേക്ക് പോയി. കുറച്ച് നാൾ ജോലിയൊന്നും ചെയ്യരുതെന്ന ഡോക്ടറുടെ വാക്ക് തള്ളിക്കളയാൻ എന്റെ ശരീരത്തിനിപ്പോൾ ആവില്ലായിരുന്നു. രണ്ടു ദിവസം കഴിഞ്ഞപ്പോഴാണ് ഞാൻ നേരത്തെ പറഞ്ഞ എന്റെ അളിയന്റെ യഥാർത്ഥ സ്വഭാവം നേരിട്ടു കണ്ടത്. കടക്കാരുടെ കടന്നുവരവ് കൂടിയായപ്പോൾ അമ്മയും തളർന്നു. പെങ്ങളും മക്കളും ഇപ്പോൾ സ്വപ്ന ഗൃഹത്തിലാണ്. എന്നും അളിയന്റെ വക കലാപരിപാടികൾ നടന്നുവരുന്നു.

ഒരു പുലർച്ചെ സ്വപ്നംകണ്ട് ഞെട്ടിയുണർന്ന ഞാൻ ഏന്തി വലിഞ്ഞ് അടുക്കളയിൽ ചെന്നപ്പോൾ അവിടെ ആരുമില്ല. അമ്മയുടെ മുറിയിൽ എത്തിയ എന്നെ മറ്റൊരു ദുരന്തമായിരുന്നു സ്വീകരിച്ചാനയിച്ചത്. തൂങ്ങിയാടുന്ന പെങ്ങളുടെ ശരീരത്തിന് താഴെ കട്ടിലിൽ വിറങ്ങലിച്ച 2 കുഞ്ഞ് ശരീരങ്ങൾ, ഇതുകണ്ട് നെഞ്ച് പൊട്ടി മരിച്ചതാകാമെന്ന് വിശ്വസിക്കത്തക്കവണ്ണം കട്ടിലിന്റെ താഴെയായി ഹൃദ്രോഗിയായ എന്റെ അമ്മയും. ആ നിമിഷം ഞാൻ ഞാൻ അല്ലാതെയായി. ഒരു മാനസിക രോഗിയെപ്പോലെ, അല്ല മാനസികരോഗിയായിത്തന്നെ മാറി. അളിയനാണ് പിന്നെ വീട് പണയപ്പെടുത്തി കടം തീർത്തത്. ബാക്കി അവന്റെ പോക്കറ്റിലും. ആഹ്! ഇനി എനിക്കെന്തിനാ.

"മരണം കാത്ത് നിന്ന എനിക്ക് കുറച്ച് ആശ്വാസം ഇപ്പോൾ നിങ്ങളേകി."

ഒരു കല്ലറയുടെ മുകളിലിരുന്ന് ഞാൻ നിശ്വാസമിട്ടു.

"ഇനി നിങ്ങൾ പറ. എന്തായാലും എന്റെ ജീവനിന്നും കൂടിയേ ഉള്ളൂ. കടമൊക്കെ തീർന്നെങ്കിലും ഇനിയെന്റെ ജീവിതം ആർക്കു വേണ്ടി......"

തൊട്ടു മുൻപിലുള്ള കല്ലറയുടെ മുകളിൽ ബീഡി വലിച്ചുകൊണ്ട് തോമാച്ചൻ കഥ പറയാൻ തുടങ്ങി.

"നിന്റെ കഥയൊക്കെ എന്ത് നീ സ്നേഹിച്ച പെണ്ണല്ലേ പോയത് എനിക്ക് പോയത് എന്റെ ഭാര്യയാണ്. മിലിട്ടറിയിൽ ആയിരുന്ന ഞാൻ റിട്ടയർമെന്റ് ഒക്കെ കഴിഞ്ഞ് വീട്ടിൽ ഭാര്യയോടും മക്കളോടും കൂടി ജീവിക്കാനുള്ള ഒരുക്കത്തിലായിരുന്നു. എന്റെ പെൻഷന്റെ കാര്യങ്ങൾ ശരിയാക്കാൻ ഞാൻ കാശ്മീരിൽ പോയ വഴിയിൽ തടസ്സം നേരിട്ടത്തിനെത്തുടർന്ന് രാത്രി വൈകി വീട്ടിൽ എത്തിയപ്പോൾ വേദനയേറിയ ആ

കാഴ്ചയാണ് എന്നെ വരവേറ്റത്. എന്റെ മക്കളെ മറ്റൊരുത്തന് കൂട്ടിക്കൊടുത്ത് ആ നീചസ്ത്രീ..... എന്നെ കണ്ടമാത്രയിൽ അവർക്ക് നിലവിളിച്ചു കരയാൻ മാത്രമേ സാധിച്ചൊള്ളൂ. അവിടെയിരുന്ന ഒരു ഫ്ളവർ വെയ്സ് എടുത്ത് അവന്റെ തലയിൽ ഒരെണ്ണം കൊടുത്തു. രക്തത്തിൽ കുളിച്ചു കിടക്കുന്ന ആ സാമദ്രാഹിയുടെ നേരെ ഞാൻ ഒന്നൂടെ കൈ വീശാൻ വന്നപ്പോൾ എന്റെ തലയിൽ ഒരു അടി കിട്ടി. തിരിഞ്ഞു നോക്കിയപ്പോൾ, ഞാൻ സ്നേഹിച്ച് വിശ്വസിച്ച എന്റെ ഭാര്യ.... എന്റെ തലയിൽ.. മക്കളുടെ അച്ഛാ എന്ന വിളി മാത്രമായിരുന്നു അവസാനമായി കേട്ടത്. ഇപ്പൊഴെന്റെ മക്കൾക്കെന്തുപറ്റി എന്നുപോലും എനിക്ക് അറിയില്ല."

"അവർ ഇപ്പോൾ ഇല്ല..... ഞാൻ വന്നിട്ടുണ്ടായിരുന്ന് അടക്കത്തിന്. അച്ചായൻ മരിച്ചതിന് പിന്നാലെ മകളും ആത്മഹത്യ ചെയ്തു. പക്ഷേ, അച്ചായൻ മക്കളെ ഉപദ്രവിക്കുന്നതുകണ്ട ഭാര്യ അടിച്ചുവീഴ്ത്തി എന്നാണ് അന്ന് പറഞ്ഞത്. അതുകൊണ്ടാണ് അച്ചായനെ അവരുടെ കൂടെ അടക്കാതിരുന്നത്."

ഇലയുടെ തുഞ്ചത്തെ തുഷാര കണത്തിനെ തോമാച്ചായൻ തുടച്ചു നീക്കിയപ്പോൾ വെറും 19–20 വയസ്സു മാത്രം തോന്നിക്കുന്ന ഒരു പെൺകുട്ടി അച്ചായന്റെ തോളിൽവന്നു തട്ടി. അവളുടെ കണ്ണിൽ ആയിരം ഇലകളുടെ തുഞ്ചത്തെ തുഷാര കണങ്ങൾ കാണാമായിരുന്നു.

"എനിക്ക് നിങ്ങളോട് വെറുപ്പായിരുന്നു എന്റെ റസിയയെ കൊന്ന നിങ്ങളോടെനിക്ക് അറപ്പായിരുന്നു."

ആ കല്ലറകൾക്ക് മുകളിലിരുന്നവരെല്ലാം ഒരു നിമിഷം ഞെട്ടി.

"നിങ്ങളോടുള്ള വെറുപ്പ് കാരണമാണ് ഞാൻ ഇതുവരെ ഇവിടെ വരാഞ്ഞതും റസിയയുടേയും റംസിയുടേയും കാര്യം പറയാതിരുന്നതും. അറിഞ്ഞില്ല അച്ഛാ ആ സ്ത്രീ ഇത്ര നീചയും ക്രൂരയുമായിരുന്നെന്ന്. അവരുടെ കള്ളക്കണ്ണീർ ഈ നാടുമുഴുവൻ വിശ്വസിച്ചു .അച്ഛനെക്കുറിച്ച് പറഞ്ഞു പരത്തിയത് — എന്റെ ഉറ്റസുഹൃത്തിനെ പിച്ചിച്ചീന്തിയ അവർ ഇന്നും സന്തോഷത്തോടെ ജീവിക്കുകയല്ലേ?"

"അല്ല! ഞാൻ കിടന്ന ഭ്രാന്താശുപത്രിയിൽ അവരുമുണ്ടായിരുന്നു." കല്ലറയിലിരുന്നവരുടെ ഉള്ള് ചിരിക്കുന്നത് ഞാൻ കണ്ടു. മോളെ നീ എങ്ങനെയാണ് ഇവിടെത്തിയത്."

"ഒരു കഥയാണ് — എന്നെ എല്ലാവരുംചേർന്ന് കൊന്നു. എന്റെ ആത്മാവിനെ. ശരീരത്തിനെ ഞാനും.. ഇന്ന് ഈ നാട്ടിൽ നടക്കുന്നത് ഇതാണ്. എന്നെപ്പോലെ അബലകളായ ഒരുപാട് പെൺകുട്ടികളിവിടെയുണ്ട്. പ്രായപൂർത്തിയാകുന്നതിനു മുമ്പുതന്നെ ഒരു ജോലി വാങ്ങുന്നതിനേക്കാൾ പ്രാധാന്യം അവർ പെൺമക്കളെ പറഞ്ഞയക്കുന്നതിൽ കാണിക്കുന്നു. ജാതകദോഷം പറഞ്ഞ് പതിനെട്ടാം വയസ്സിൽ കെട്ടിച്ചുവിട്ട ഞാൻ ഇരുപതാം വയസ്സിൽ ഇവിടെ... അയാൾ ക്രൂരനായിരുന്നു. എന്റെ അച്ഛനും അമ്മയും അദ്ധ്വാനിച്ചതെല്ലാം അയാൾക്ക് കൊടുത്തു. നാടറിഞ്ഞ് കല്യാണം നടത്തി. പക്ഷേ, അതൊന്നും

അയാൾക്ക് പോരായിരുന്നു. എതിർത്ത എന്നെ ഒരു ബലിമൃഗത്തെപ്പോലെ ആക്രമിച്ചു. എനിക്ക് താഴെ ഒരു പെണ്ണാണ്. വീട്ടിൽ ചെന്നാൽ അത് അവളുടെ ഭാവിക്ക് പ്രശ്നമാണെന്ന് കരുതി ആരേയുമൊന്നും അറിയിച്ചില്ല. അയാൾ മാത്രമല്ല ആ കുടുംബവും ചേർന്ന് ലോകം കാണുന്നതിനു മുമ്പുതന്നെ എന്റെ കുഞ്ഞിനെ... എതിർത്ത എന്നെയും അവർ തേപ്പുപെട്ടി വെച്ച് പൊള്ളിച്ചും ചൂടുചായ മുഖത്ത് ഒഴിച്ചുമൊക്കെയവർ പ്രതിഷേധം രേഖപ്പെടുത്തി. ഇനിയും സഹിക്കാൻ വയ്യാതെ ഞാൻ..... ഇപ്പോൾ ഇവിടെ ഇങ്ങനെ നിങ്ങൾക്കൊപ്പം....."

അച്ചായൻ അവളെ ചേർത്തുപിടിച്ചു കരഞ്ഞു. ഇതെല്ലാം കണ്ടുകൊണ്ട് മഞ്ഞത്ത് പുതച്ച് ഒരു പാവം സ്ത്രീ കണ്ണീർ പൊഴിക്കുന്നുണ്ടായിരുന്നു. ഞാൻ തല ചരിച്ച് അവരുടെ നേരെ നോക്കി. കണ്ണുകൾ തുടച്ച് അവർ പറയാൻ തുടങ്ങി .....

ഭർത്താവും മക്കളും അടങ്ങുന്ന ഒരു കുഞ്ഞു വീട്ടിൽ സമാധാനം ഉണ്ടായിരുന്നു. പണം എന്ന് വരാൻ തുടങ്ങിയോ അതിനുമുമ്പുവരെ. പണം കൂടിയപ്പോൾ അഹങ്കാരം ഉടലെടുത്തു. അതിലൂടെ ഇല്ലാത്ത പല ശീലങ്ങളും... മദ്യവും, പെണ്ണും എല്ലാം..... ഞാനും എന്റെ മക്കളും എല്ലാം സഹിച്ചു. പിന്നീട് ഞങ്ങൾ പലതും കണ്ടുപിടിക്കാൻ തുടങ്ങിയപ്പോൾ ഉപദ്രവവും തുടങ്ങി. ഒരു ദിവസം അയാളെന്റെ കരണക്കുറ്റി നോക്കി കൈവീശി. പിന്നെ കുറച്ചു നേരത്തേക്ക് ഒന്നും ഓർമ്മയില്ലായിരുന്നു. പതുക്കെ പതുക്കെ പലതും മറക്കാൻ ശ്രമിച്ചു. കുഞ്ഞുങ്ങളുടെ ഭാവിയെ കരുതി എല്ലാം മറന്നു. അതിനിടയിൽ അയാളുടെ വീട്ടുകാരും വന്നു തമ്മിലടിപ്പിക്കാനുള്ളതൊക്കെ ഉണ്ടാക്കി. എന്നേയും എന്റെ വീട്ടുകാരേയും ചേർത്ത് ഇല്ലാത്തതൊക്കെ നാടുനീളെ പ്രസംഗിച്ചു നടന്നു. വാക്കുകൾകൊണ്ട് ഓരോനിമിഷവും അവർ എന്നെ കൊന്നു. ഒരുദിവസം സഹിക്കവയ്യാതെ ഞാൻ എന്റെ പിള്ളാരെയും ചേർത്ത് ചോറിൽ അങ്ങ് .....

ഇതു പറഞ്ഞുകഴിഞ്ഞപ്പോൾ ആ സ്ത്രീയുടെ ഇരുവശവും ഓമനത്തമുള്ള 2 പൈതങ്ങൾ ഇരിപ്പുറപ്പിച്ചു.

"ഇപ്പോൾ അയാൾക്ക് സ്ട്രോക്ക് വന്ന് തളർന്നുകിടക്കുന്നുവെന്നാണ് പിന്നീട് വന്നവർ പറഞ്ഞത്. പണം വരാൻ തുടങ്ങിയതോടെ കുടുംബവും നഷ്ടപ്പെട്ടു."

എല്ലാവരുടെയും കഥകൾ കേട്ടപ്പോൾ എന്റെ ജീവിതം, അല്ല കഥ ഒന്നുമല്ലെന്ന് തോന്നി. ഇനി എന്തൊക്കെയൊ ചെയ്യാനുണ്ടെന്ന് ഉള്ള് മന്ത്രിച്ചു. പെട്ടെന്ന് എന്റെ തോളിൽ ഒരു കൈ സ്പർശിച്ചു ... തിരിഞ്ഞു നോക്കിയപ്പോൾ ഞാൻ ആകെ പരിഭ്രാന്തനായി. പെട്ടെന്ന് ഞാൻ ഇരുന്ന കല്ലറയുടെ പേര് വായിച്ചു. "സ്വപ്ന 22." ഞെട്ടിത്തരിച്ച ഞാൻ കണ്ണ് ഒന്നുംകൂടി ഇറുക്കിയടച്ച് വലിച്ചു തുറന്നു.... അതേ സ്വപ്ന!!!

എം എച്ച് 370

ജെ വിഷ്ണുനാഥ്

അൻവർ, അവസാനമായി ഈ പേപ്പറിലൂടെ നിങ്ങളുടെ ഒപ്പ് ആവശ്യമുണ്ട്. നീണ്ട പതിനാല് വർഷത്തെ ദാമ്പത്യബന്ധത്തിനിവിടെ തിരശ്ശീല വീഴുകയാണ്. ഈ പതിനാല് വർഷവും നിങ്ങൾ തികഞ്ഞൊരു മദ്യപാനിയായിരുന്നു. നിങ്ങളുടെ കരിയർ ഏതാണ്ട് അവസാനിച്ചതിന് തുല്യമാണിത്.

"സോഫിയാനാ... ദയവായി എന്നേ കേൾക്കൂ... എനിക്ക് പറയാനുള്ളതെങ്കിലും നീ മനസ്സിലാക്കൂ..." അൻവറിന്റെ മറുപടിക്കായി അവർ കാത്തുനിൽക്കാതെ മടങ്ങി.

(അലെക്സാ... യു ഹാവ് ആൻ അലേർട്ട് ഫ്രം മലേഷ്യൻ എയർ ലൈൻസ്.)

"എം എച്ച് 370 ഡിപ്പാർച്ചർ അറ്റ് 12.40 am ക്വാലാലമ്പൂർ, കോ-പൈലറ്റ് സൈദ് നൂർ സ്റ്റാറ്റസ് ആക്ടീവ്, ഗെറ്റ് റെഡി."

റിമൈൻഡർ ഓഫ് ചെയ്തതിന് ശേഷം ഏകദേശം ഒരു മണിക്കൂറോളം അക്ഷമനായി അൻവർ എന്തൊക്കെയോ ചിന്തിച്ച് കൂട്ടുന്നുണ്ടായിരുന്നു. കണ്ണ് മെല്ലെ തിരുമ്മി, മുഖത്തെ ദയനീയ ഭാവത്തെ കൈയിലെ മുഷ്ടിയിൽ ആവാഹിച്ചയാൾ അയൺ ചെയ്ത യൂണിഫോമിന്റെ ബട്ടണുകൾ ഒന്നൊന്നായി ഇടാൻ ആരംഭിച്ചു.

കാർപോർച്ചിൽ നിന്ന് മെല്ലെ കാർ റിവേഴ്സെടുത്തതിന് ശേഷം എയർപോർട്ട് ലക്ഷ്യമാക്കി നീങ്ങി.

മാർച്ച് 8, 2014 പുലർച്ചെ നാല് മണി

മലയാമെയിലിന്റെ പ്രസ് റിപ്പോർട്ടർ അലിഖാൻ, മുഹമ്മദ് ഇക്ബാലിനോട് സംസാരിക്കവെ അവർക്ക് അതിന്റെ കൺക്ലൂഷനിലെത്താൻ സാധിക്കാത്ത നിലയിൽ ചെറിയൊരു സംവാദമായി. അപ്പോഴേക്കും ആ

വിഷയത്തിന്റെ വ്യാപ്തി അത്ര തീവ്രമായി കഴിഞ്ഞിരിക്കുന്നു. വീണ്ടും അലിഖാൻ ആവർത്തിച്ചു.

"227 യാത്രക്കാർ, 10 ഫ്ളൈറ്റ് അറ്റന്റേഴ്സ്, പൈലറ്റ്, കോ-പൈലറ്റ് മലേഷ്യയിലെ ക്വാലാലംപൂർ പുറപ്പെട്ട എം എച്ച് 370."

എവിടെ? എന്താണ് സംഭവിച്ചത്? യാത്രയ്ക്കിടെ അപ്രത്യക്ഷമാകാൻ എന്താണ് കാരണം?

ആരെങ്കിലും റാഞ്ചാൻ സാദ്ധ്യതയുണ്ടോയെന്ന് ഇക്ബാൽ അലിഖാനോട് ആരാഞ്ഞു. ആ സാദ്ധ്യതയേയും തള്ളിക്കളയാതെ അടുത്ത ദിവസത്തേക്കുള്ള കവർ സ്റ്റോറിക്കായി അവർ വീണ്ടും കൂടുതൽ അന്വേഷണക്കടമ്പയിലേക്ക് എത്തിക്കഴിഞ്ഞിരിക്കുന്നു.

മലയാ മെയിലിന്റെ ചീഫ് എഡിറ്റർ സാഫിർ അഹമ്മദ് ഇരുവരെയും ക്യാബിനിലേക്ക് വിളിച്ചു. അടുത്ത മൂന്ന് ദിവസങ്ങളിലേക്ക് കവർ സ്റ്റോറിയിൽ ഉൾപ്പെടുത്തേണ്ട വിഷയങ്ങളിൽ വളരെ പ്രധാനപ്പെട്ടതാണ്.

'എം എച്ച് 370'

ക്യാബിൻ വിട്ട് ഇരുവരും പുറത്തിറങ്ങുന്നതിന് മുമ്പുതന്നെ സാഫിർ അഹമ്മദ് മറ്റൊരു പ്രധാനപ്പെട്ട നിർദ്ദേശവും നൽകി.

"നിങ്ങളുടെ ഇരുവരുടെയും നിഗമനങ്ങൾ തുന്നിച്ചേർത്തുള്ള വിശദമായ ഒരു റിപ്പോർട്ട് ഓരോ ദിവസവുമായി എന്റെ ടേബിളിലെത്തിയിരിക്കണം. മുൻവിധികൾ തെല്ലുമില്ലാതെയുള്ള, ഫാക്ടുകളുടെ പിൻബലമുള്ള ശക്തമായ കെട്ടുറപ്പുള്ളവയാകണം അവ."

മാർച്ച് 9, 2014 നിഗമനങ്ങൾ - 1

പ്രാദേശിക സമയം പുലർച്ചെ 12.41 നാണ് വിമാനം ബെയ്ജിങ്ങിലേക്ക് പുറപ്പെട്ടത്, കൃത്യം നാൽപ്പത്തഞ്ച് മിനിറ്റുകൊണ്ട് എയർ ട്രാഫിക്കുമായുള്ള ബന്ധം വിച്ഛേദിക്കപ്പെടുകയാണുണ്ടായത്. റഡാർ സ്ക്രീനുകളിൽ നിന്നുതന്നെ വിമാനം അപ്രത്യക്ഷമായി.

അലിഖാനും ഇക്ബാലും അവരുടെ നിഗമനങ്ങൾ പലതും കൂട്ടിച്ചേർത്തു. അതേ സമയം ഇക്ബാൽ മറ്റ് ചില സംശയങ്ങളും അലിഖാനുമായി പങ്കുവെച്ചു. അവയിൽ പ്രധാനമായി ഇക്ബാൽ പങ്കുവെച്ചത് ഇതുമായി ബന്ധപ്പെട്ട് എയർട്രാഫിക് കൺട്രോൾ ചീഫ് ഓഫീസർ നവാസ് ഹുസൈൻ ഇന്നലെ നടത്തിയ വാർത്ത സമ്മേളനത്തിലെ പ്രസക്ത ഭാഗങ്ങളായിരുന്നു.

അവയിൽ ചിലത് ഇക്ബാൽ പരാമർശിച്ചു.

സിഗ്നലുകളുടെ ഭാഗമാകേണ്ട, ഓട്ടോമേറ്റഡ് മെയിന്റനൻസ് റിപ്പോർട്ടുകളടക്കം പലതും വിമാനത്തിൽ നിന്ന് സ്വിച്ച്ഓഫ് ചെയ്ത നിലയിലാണ് അനുമാനിക്കാനാവുന്നത്. കൂടാതെ വിമാനത്തിന്റെ ഇന്ധനം പൂർണ്ണമായി തീർന്നുവെന്ന നിഗമനം ഏതാണ്ട് ഉറപ്പിക്കാവുന്നതാണ്. പിന്നീട് എഞ്ചിനുകൾ തകരാറാവാനുള്ള സാദ്ധ്യതയും വളരെ കൂടുതലാണ്. സാഹചര്യത്തെളിവുകൾ വിരൽചൂണ്ടുന്നത്. 'എം എച്ച് 370' യുടെ പൈലറ്റായ അൻവർ അഹമ്മദ് ഖാനിലേക്ക് തന്നെയാണ്.

അങ്ങനെയെങ്കിൽ സാഹചര്യത്തെളിവുകളും എയർ ട്രാഫിക് കൺട്രോൾ ചീഫ് ഓഫീസർ നവാസ് ഹുസൈന്റെ ചില അനുമാനങ്ങളും കോർത്തിണക്കുമ്പോൾ, ചിത്രം ഏതാണ്ട് വ്യക്തമാകുന്നതായി അലി ഖാൻ ആശങ്ക, പ്രകടിപ്പിച്ചു.

"മിക്കവാറും ഇന്ത്യൻ മഹാസമുദ്രത്തിന്റെ തെക്ക് പടിഞ്ഞാറായി അവശിഷ്ടങ്ങൾ കണ്ടെടുത്തേക്കാം...."

പക്ഷേ, ഏതൊരു മനുഷ്യനെയും പോലെ അവരും പരസ്പരം ചോദിച്ചു.

"എപ്പോൾ?"

"എങ്ങനെ?"

"എന്തിന്?"

"ആര്?"

മാർച്ച് 10, 2014 നിഗമനങ്ങൾ – 2

അവസാനമായി റഡാറിൽ പ്രത്യക്ഷപ്പെടുമ്പോൾ 35000 അടി ഉയരത്തിലായിരുന്നു 'എം എച്ച് 370'

സാഹചര്യത്തെളിവുകളും അനുമാനങ്ങളും വിരൽചൂണ്ടുന്നത് അൻവർ അഹമ്മദ് ഖാനിലേക്കായിരുന്നു.

ടൈംസിൽ വന്ന ഒരു കോളത്തിന്റെ ഹെഡ്‌ലൈൻ വായിച്ചശേഷം ഇക്ബാൽ, അലിഖാനോടായി ചോദിച്ചു.

"നമ്മുടെ നിഗമനങ്ങളുടെയെല്ലാം ബാക്കിപത്രത്തിന് ഉത്തരം നൽകേണ്ടത്, പൂർണ്ണ അർത്ഥത്തിൽ അൻവർ അഹമ്മദ് ഖാനാണ്.

ആ ഒരു പഴുത് ഇപ്പോഴും അവശേഷിച്ച് നിൽക്കുകയാണ്. ആ പഴുത് നമുക്ക് എപ്പോൾ അടയ്ക്കാൻ സാധിക്കുന്നുവെന്നയിടത്താണ് ഈ റിപ്പോർട്ടിന്റെ അന്ത്യം."

കവർ സ്റ്റോറിയിൽ സെൻസേഷന് പകരം സത്യസന്ധമായ അനുമാനത്തിലടിയുറച്ച് നിൽക്കണമെന്ന തീരുമാനം ഇതിനോടകം അലി ഖാനും ഇക്ബാലുമുറപ്പിച്ച് കഴിഞ്ഞിരുന്നു.

ഗുഡ് നൈറ്റ്, മലേഷ്യൻ, ത്രീ, സെവൻ, സീറോ

കഴിഞ്ഞ ഇരുപത്തിരണ്ട് വർഷത്തെ തന്റെ സർവ്വീസെടുത്താൽ പോലും അസ്വാഭാവികമായി പെരുമാറിയ ഒരു അൻവർ അഹമ്മദ് ഖാനെപ്പറ്റി ഒരു സഹപ്രവർത്തകനുമറിയില്ല. വിമാനത്തിൽ നിന്നുള്ള ഈ അസ്വഭാവിക സന്ദേശം ഏറെ നിഗൂഢതകൾ നിറഞ്ഞതായിരുന്നു.

ഭാര്യയുമായുള്ള ബന്ധത്തിൽ തന്നെ ഉലച്ചിൽ സംഭവിച്ച അൻവർ അഹമ്മദ് ഖാൻ കടുത്ത മാനസിക വിഷമത്തിലായിരുന്നുവെന്ന് അദ്ദേഹത്തിന്റെ അടുത്തവൃത്തങ്ങളിൽ നിന്നറിയാൻ സാധിച്ചു. കൂടാതെ അൻവർ അഹമ്മദ് ഖാൻ കടുത്ത വിഷാദത്തിലാണെന്നും പലപ്പോഴും ഇൻസോമ്നിയ അടക്കം അയാളെ ബാധിച്ചിട്ടുണ്ടെന്നും ഇക്ബാൽ അലിഖാനോട് സംവദിച്ചു.

മാർച്ച് 11, 2014 നിഗമനങ്ങൾ – 3

"എം എച്ച് 370 മൂന്നാം ദിവസവും അന്വേഷണങ്ങളിൽ കാര്യമായ പുരോഗതി സംഭവിച്ചിട്ടില്ല. ഭരണകൂടത്തിന്റെ അനാസ്ഥയെന്ന് പറയാൻ സാധിക്കില്ല." അലിഖാൻ തന്റെ നിലപാട് വ്യക്തമാക്കി.

"എന്താണ് കാരണം?" ഇക്ബാൽ ചോദിച്ചു.

"ഓസ്ട്രേലിയയുടെയും, വിയറ്റ്നാമിന്റെയും ഇന്ത്യയുടെയുമടക്കം സഹായമുണ്ടെങ്കിൽ മാത്രമേ അന്വേഷണത്തിൽ പുരോഗതിയുണ്ടാകാൻ സാദ്ധ്യതയുള്ളൂ. എന്തെന്നാൽ ഈ മൂന്ന് രാജ്യങ്ങളുടെയും സ്പേസ് ലിമിറ്റിൽ നിന്നുകൊണ്ടാകാം എന്തെങ്കിലും തരത്തിൽ അപകടമുണ്ടാകാനുള്ള സാദ്ധ്യത കൂടുതൽ...

കഴിഞ്ഞ മൂന്ന് ദിവസമായി നാം 'എം എച്ച് 370'യിലൂടെ മാത്രമായിരുന്നു ജീവിതത്തെ നോക്കിക്കണ്ടത്.

ആ 227 യാത്രക്കാരും ഫ്ളൈറ്റ് അറ്റന്റേഴ്സും അൻവർ അഹമ്മദ് ഖാനും സൈദ് നൂറുമൊക്കെ പലവിധത്തിലും നമ്മുടെ ജീവിതത്തെ സ്വാധീനിച്ചുകൊണ്ടിരുന്നു."

നിഗമനങ്ങൾ, അനുമാനങ്ങൾ ചില കണ്ടെത്തലുകൾ എന്ന ചെറിയ കുറിപ്പടങ്ങുന്ന തങ്ങളുടെ ഡയറി. കവർസ്റ്റോറിക്കായി അവർ ചീഫ് എഡിറ്റർ സാഫിർ അഹമ്മദിന്റെ കൈയിൽ ഏൽപ്പിച്ചു.

തങ്ങളുടെ നിഗമനങ്ങൾ ഏറ്റവും ചുരുങ്ങിയ മൂന്ന് ദിവസത്തെ പ്രയത്നത്തിന്റെയും യാഥാർത്ഥ്യത്തിന്റെയും വസ്തുക്കളുടെയുമെല്ലാം അവസ്ഥാന്തരങ്ങളിലൂടെ കടന്നുപോയി പല വിവരവും രേഖപ്പെടുത്തിയിരിക്കുന്നു. അടുത്ത ആഴ്ചത്തെ കവർസ്റ്റോറിക്കായി ഞങ്ങളിത് സമർപ്പിക്കുന്നു. ക്യാബിന്റെ പുറത്തേക്ക് അലിഖാനും ഇക്ബാലുമിറങ്ങിയ നിമിഷം, സാഫിർ അഹമ്മദ് ആ ഡയറി മറിച്ചുനോക്കി. എൺപത്തെട്ട് പേജുകളടങ്ങിയ ആ ഡയറിയുടെ അവസാന അദ്ധ്യായം സാഫിർ അഹമ്മദ് മറിച്ചു.

രോഗാതുരമായ മാനസികാവസ്ഥയുണ്ടായിരുന്ന അൻവർ അഹമ്മദ് ഖാൻ ആ 227 യാത്രക്കാരെയും മറ്റ് സഹപ്രവർത്തകരെയും മരണത്തിലേക്ക് നയിച്ചു. യാത്രക്കാരെയും സഹപ്രവർത്തകരെയും അപായപ്പെടുത്തിയതിനുശേഷം സ്വയം ആത്മാഹുതി നടത്താൻ ഉതകുന്ന തരത്തിൽ വിഷാദത്തിലാണ് ആ മനസ്സിന്റെ ഉടമ.

സ്വയം കത്തിയതാണോ, കത്തി നശിപ്പിച്ചതാണോയെന്നറിയാൻ ജീർണ്ണിച്ച മൃതശരീരങ്ങളിലെവിടെയോ തങ്ങിനിൽക്കുന്ന ബ്ലാക്ക് ബോക്സിന്റെ അവശിഷ്ടം ഇന്ത്യൻ മഹാസമുദ്രത്തിന്റെ തെക്ക് – പടിഞ്ഞാറൻ കോണിലെവിടെയോ കാണുമെന്ന ആ അനുമാനം ആ 227 യാത്രികരുടെയും കുടുംബത്തിലേക്ക് എത്തുന്ന മരണമണി ആയിരിക്കാം.

പക്ഷേ, കാണാമറയത്തുള്ള ആ ബ്ലാക്ക് ബോക്സിൽ തീർന്ന ഇന്ധന ടാങ്കിന്റെ താഴെ, ഇപ്പോഴും കത്തിയമരാത്ത ഏതാനും വാചകങ്ങൾ അവശേഷിക്കുന്നുണ്ടായിരിക്കും, തീർച്ചയാണ്.

'ഗുഡ് നൈറ്റ്, മലേഷ്യൻ ത്രീ സെവൻ സീറോ'

ചെരവാ

മനോഷ്

"കുഞ്ഞുമോളേ കുരുന്നുമോളേ
നിനക്കറിയീലാ... ഓ നിനക്കറിയീലാ...
കുഞ്ഞുമോളേ കുരുന്നുമോളേ
എനിക്കറിയാലോ...ഓ എനിക്കറിയാലോ...."

ശബ്ദങ്ങൾ കിലുങ്ങിയ കാസറായി കുടുക്കയിലേക്ക് ഊളിയിട്ടു പോയ കൈ ഫോണുമായാണ് പൊന്തിവന്നത്. അതിനിടയിൽ വിളിയും അറ്റൻഡായി.

"വാങ്ങിയോ?" പരുക്കൻ സ്വരം.

"ഇല്ല സിഗ്നലിലാണ്."

"കടയുടെ പേര് മറക്കണ്ട, സെൻട്രൽ ഷോക്ക്."

"അറിയാം അറിയാം." ഞാൻ ധൃതികൂട്ടി. പിന്നെയും മറുത(ല) ചില ച്ചോണ്ടിരുന്നു. ഞാൻ മൂളിക്കൊണ്ടും ഉം.. ഉം.. ഉം.. "അയ്യോ സിഗ്നലായി." ഞാൻ പെട്ടെന്ന് ഫോൺ കട്ട് ചെയ്തു. തൊട്ടടുത്ത് തന്നെയായിരുന്നു 'സെൻട്രൽ ഷോക്ക്.' ഞാനെന്റെ ബ്രാവോ ഡി എക്സിൽ നിന്നിറങ്ങി കടയിലേക്ക് കയറി. ഞാനിപ്പോ ഈ ലോകത്ത് ഏറ്റവും വെറുക്കുന്ന ആ കുന്തത്തിന്റെ പേര് പറഞ്ഞ് ഇവിടെയുണ്ടോയെന്നു തിരക്കി. കാണ ണേയെന്ന് ആയിരം തവണ പ്രാർത്ഥിച്ചിട്ടാണ് ചോദിച്ചത്. കടയിലെ സുന്ദരിക്കൊച്ച് ഉണ്ടെന്നു പറഞ്ഞപ്പോൾ അവളൊരു മാലാഖയായി. ആ ചെകുത്താൻ സാധനം അവള് പൊതിഞ്ഞുതന്നു. ഇരുന്നൂറ്റി ഇരുപത് രൂപ. ഞാൻ അഞ്ഞൂറ് രൂപ കൊടുത്തു. ബാക്കി വാങ്ങി.

'ട്രാൻക്ക്ട്ടോട്ടേട്ടോ'

പുറത്തൊരു ഇടിയൊച്ച! ഞാൻ പാഞ്ഞുചെന്നു. റോയൽ എൻ ഫീൽഡ് ക്ലാസിക് 350 — ദാ കിടക്കുന്നു തറയില്. ഇടിച്ചിട്ടയാളും

തൊട്ടടുത്ത് തന്നെയുണ്ട്. ഗോമതിയമ്മ, ആളോള് നിറഞ്ഞ് തുളുമ്പിയ പച്ച പ്രൈവറ്റ് ബസ്. ബുള്ളറ്റ് പുള്ളി കണ്ടക്ടറെയും ബൈക്കിനെയും മാറിമാറി നോക്കുന്നു. കണ്ടക്ടർ കൺകോണിലൂടെ ഡ്രൈവറെ നോക്കുന്നു. "ഞാനല്ല അയാളാണ്" അതോ "ഒന്ന് വിട്ട് പോടോ" എന്നാണോ ആ നോട്ടത്തിന്റെ ടിക്കറ്റെന്നറിയില്ല. കറുത്ത ബുള്ളറ്റിന്റെ 'ROYAL ENFIELD എന്നു വെള്ളിയിൽ പേര് കൊത്തിയ ഇന്ധന പള്ളയിൽ ദൃഷ്ടി പതിഞ്ഞതും ബുള്ളറ്റണ്ണന്റെ മട്ടുമാറി. ഉള്ളിലൊരു നൃന മർദ്ദം രൂപംകൊണ്ട് കൈകളുടെ തീരത്തടിഞ്ഞ് ചുഴലിക്കാറ്റായി കണ്ട ക്റ്ററുടെ മുഖത്തേക്ക് വീശിയടിച്ചു. പാവം ടപ്പോ പൊത്തോന്നും പറഞ്ഞ് ബസിന്റെ പടിയിൽനിന്നും താഴെ. പിന്നെ മറ്റെയാ കാലമാടന്റെ വക ചവിട്ടുപടികളായിരുന്നു. ആളോള് ചുറ്റും കൂടിനിന്ന് കണ്ടു രസിക്കുവാണ്. എനിക്ക് പാവം തോന്നി. അവന്മാരെയൊക്കെ വകഞ്ഞുമാറ്റി ഞാനാ ദ്വന്ദ്വന്മാരുടെയിടയിലേക്കുചെന്നു. അവിടെയാണെന്റെ 'ബ്രാവോ ഡി എക്സ'സൈക്കിൾ സ്റ്റാൻഡിൽ കുത്തി നിർത്തിയിരിക്കുന്നത്. ആ ചവിട്ടുവണ്ടിയിൽ കയറി ഞാൻ ആഞ്ഞുനീങ്ങി. കുറച്ചൂടെ അവിടെനിന്ന് ആ അക്രമം വിശദീകരിക്കണമെന്നുണ്ട്. പക്ഷേ, എന്തുചെയ്യാം എനിക്ക് തീരെ സമയമില്ല. ഇപ്പോൾ സമയം 5.30, ആറരയ്ക്കകം എനിക്ക് വീട്ടി ലെത്തണം. വീട്ടിലോട്ട് ഏഴ് കിലോമീറ്ററല്ലേയുള്ളു എന്നുതോന്നാം. പക്ഷേ, കൃത്യം ഒരു കിലോമീറ്റർ കഴിയുമ്പോൾ ടാക്കീസ്മുക്ക് അവിടുന്ന് മണിച്ചിപ്പാലം വരെയുള്ള അഞ്ച് കിലോമീറ്റർ മുടിഞ്ഞ മുടിഞ്ഞ മുടിഞ്ഞ ബ്ലോക്കാണ്. അതൊന്ന് കടന്നു കിട്ടണമെങ്കിൽ കുറച്ച് സമയം പിടിക്കും. കഴിവും വേണം.... ഭാഗ്യവും. നെഞ്ചും വിരിച്ച് നിക്കണ ഈ റോഡ് ടാക്കീസ്മുക്ക് കഴിയുമ്പോ അടിവയറ്റിൽ തൊഴി കിട്ടിയപാടെ കൂനിക്കൂടിയപോലാകും. പിന്നെ കണ്ണ് തള്ളിയ മാതിരി കുണ്ടുകുഴിയുള്ള മണിച്ചിപ്പാലവും. അത് കഴിഞ്ഞോ രക്ഷപ്പെട്ടു. നാൽപത്തഞ്ച് നിമിഷങ്ങൾ കിടന്നു പോകുന്നതറിയില്ല.

ദണ്ണിച്ച് ചവിട്ടുമ്പോഴും എന്റെ ചിന്ത ആ ബുള്ളറ്റ് മനിതൻ എങ്ങ നെയിങ്ങനെ ഇടിവെട്ടിയവനെപ്പോലായിയെന്നായിരുന്നു. ബസ് തട്ടിയ തിന് അയാളെ തന്നെയാണെങ്കിലും തലകീറി രക്തഗംഗയൊഴുകിയാലും ആ ചോരയിനി AB നെഗറ്റീവായിരുന്നാലും സാരമില്ലാരുന്നു. ഇതിപ്പോ അങ്ങനാണോ? മണ്ണ് പറ്റിക്കിടക്കുന്ന ആ അമൂല്യ ദ്രാവകമയാളെ സംഹാരസിംഹനാക്കി. പെട്രോൾ! ആ സ്വർണ്ണച്ചാറ് ചക്രശകടത്തിന്റെ കുമ്പയിൽ നിന്നും പുറത്തേക്കൊഴുകുന്നത് എങ്ങനെ സഹിക്കും. അയാ ളായതുകൊണ്ട് കണ്ടക്ടറുടെ കൈയും കാലും എല്ലൊടിച്ച് ബസും തല്ലി പ്പൊളിക്കത്തേയുള്ളൂ. നിങ്ങളെങ്ങാനും ആരുന്നേൽ കത്തിച്ചേനെ, പച്ച യ്ക്ക്. ഇതൊരതിശയോക്തിയായി തോന്നിയവരേ നിങ്ങൾ പ്രതി കരണശേഷിയില്ലാത്തവർ മാത്രം.

കുറച്ചുനാൾ മുൻപുവരെ അറുപത് രൂപ മാത്രമുണ്ടായിരുന്ന ഒരു സാധു സാധനമായിരുന്നു ഈ പെട്രോൾ. ഞൊടിയിടകൊണ്ടല്ലേ ഈ

പഹയനങ്ങ് വളർന്നത്. നൂറ്റിയെഴു രൂപയിലെത്തീട്ടും മുകളിലേക്കു തന്നെ പോക്ക്. ഇനിയും നോക്കിക്കൊണ്ടിരുന്നാൽ കഴുത്തുളുക്കും. അത് താഴില്ല. നാടുവിട്ട് ബോംബായില് പോയി ഒറ്റ പാട്ട്ശീലിൽ നായകൻ 'കുലീന മാടമ്പി'യാകുന്നപോലല്ലേ അവന്റെ വളർച്ച. കൂടെയുള്ള മണ്ണെണ്ണ, വെളിച്ചെണ്ണ, എള്ളെണ്ണ, കടുകെണ്ണ തുടങ്ങി വിസ്കിയെണ്ണ ബ്രാണ്ടിയെണ്ണ എന്നീ ജനപ്രീയ എണ്ണകളെവരെ അസൂയയുടെ കരി വിളക്കിലിട്ട് കത്തിയെരിക്കുകയല്ലേ ഈ കൊള്ളയെണ്ണ. വണ്ടിയോടിച്ച് പെട്രോൾ പമ്പിന് മുന്നിലൂടെ പോകുമ്പോൾ പേടിതോന്നും. ആളൊഴിഞ്ഞ നിരത്തില് താവളമടിച്ച് തോളത്തൊരു കുഴൽ ചാട്ടയും അരയിലൊരു നോസിൽ കത്തിയും തിരുകി കണ്ണുകളും ചോപ്പിച്ച് നിക്കുവല്ലേ കൊള്ളക്കാരൻ ചതുരപ്പെട്ടികള്. വിലക്കയറ്റത്തിന്റെ കൺപോളകള് അടഞ്ഞുതുറക്കുമ്പോൾ സാധാരണക്കാരന്റെ കണ്ണുന്തുന്നു. ഒര് ശാശ്വത പരിഹാരമെന്നനിലയ്ക്ക് ഞാൻ ബൈക്ക് വിറ്റ് ഈ സൈക്കിൾ വാങ്ങി. പിന്നങ്ങോട്ട് ജീവിതത്തിലൊരു കയറ്റമായിരുന്നു (റോട്ടിന്മേലും ഇത്രേം കയറ്റങ്ങളുണ്ടെന്ന് ഞാനറിഞ്ഞത് അന്നേരമാണ്). ഒരു വൻകിട സമ്പാദ്യപദ്ധതിയിൽ ചേർന്നപോലെ എന്റെ മിച്ചധനമണികിലുങ്ങി. ആരോഗ്യം മെച്ചപ്പെട്ടു. ശിരോകവചം വേണ്ടാത്തതുകൊണ്ട് മുടികൊഴിച്ചിലിന്റെ കേടുപാടും തീർന്നു. സാമ്പത്തികാരോഗ്യസൗന്ദര്യലാഭത്തിന് പുറമേ സാമൂഹിക നേട്ടവുമുണ്ട്. കാർബൺമോണോക്സൈഡ് പിന്തള്ളുന്നത് ഞാൻ നിർത്തി. ആകെ പുറത്തേക്കു വിടുന്നത് എന്റെ 'വായ്മോണോക്സൈഡ്' മാത്രം.

പിന്നൊരു കാര്യം കൂടിയുണ്ടായി. ഈ സമ്മർദ്ദമൊക്കെ കുറഞ്ഞപ്പോൾ എന്റെ സർഗ്ഗാത്മകത തിരികെ കിട്ടി. ഒരു കഥയെഴുതാൻ തീരുമാനിച്ചു. എന്നും നേരിടുന്ന ഈ ഗതാഗതക്കുരുക്കാണെന്റെ വിഷയം: ഇന്നെനിക്ക് ഈ കുരുക്കിനെ നല്ലതുപോലെ നിരീക്ഷിക്കണം. സാഹസികമായി തരണം ചെയ്യണം. അതൊരു കഥയായി രൂപപ്പെടുത്തണം.

ചാഞ്ഞ വെയിൽ എന്റെ സൂര്യപുത്രരൂപം നിരത്തിന്റെ മറുവശത്തേക്ക് വീഴ്ത്തി. ആ കറുത്ത ഭീകരജീവി എതിരെ വന്ന ഓട്ടോക്കും കാറിനും മേലേ പാഞ്ഞുകയറി. വളവ് തിരിഞ്ഞതും വിളിപ്പാടകലെ കാട് മൂടിയ ടാക്കീസിന് മുന്നിലുള്ള വാകമരം കാണാറായി . ആ വാകച്ചുവട് വരെ ഒരൊടിഞ്ഞ കയറ്റമാണ്. അവിടംതൊട്ട് ഗതാഗതക്കുരുക്കിന്റെ താഴ്വരയും നെഞ്ച്കലങ്ങി ചവിട്ടിക്കയറുമ്പോൾ ഞാൻ വാകയെ നോക്കി. ഹരിതതാലത്തിൽ ചെംപൂന്നാളങ്ങളേന്തി തിരുവാതിരസുന്ദരിയെപ്പോലുണ്ട് വാകപെണ്ണ്. പാതയുടെ ഇടതുവശത്താണവളുടെ നിൽപ്പെങ്കിലും ശിഖരങ്ങൾ മറുവശംവരെയെത്തും, ഒരു പൂമാടക്കടയുടെ മുന്നിലെയിറക്കിക്കെട്ടുപോലെ. കയറ്റംകയറിയെത്തിയപ്പോഴേക്കും കിതച്ചുപോയി. ഒരു ദീർഘനിശ്വാസത്തിലൂടെ മുന്നോട്ടുനോക്കി. അങ്ങ് ദൂരെ കിലോമീറ്ററുകളോളം പാലത്തിന്റെ ഇടുങ്ങിയ കഴുത്തുവരേക്കും വാഹനങ്ങൾ അലറിവിളിച്ചു സാഷ്ടാംഗം പ്രണമിച്ചു നീളെക്കിടക്കുകയാണ്.

ഇരുവശത്തും നിരനിരയായുള്ള വൈദ്യുതിവിളക്കുകൾ കൈപൊക്കി അവരെ അനുഗ്രഹിക്കുന്നു. ശരാശരി മനുഷ്യായുസിലെ ആണ്ടുകൾ നഷ്ടപ്പെടുന്നു തലമുറയ്ക്ക് യുഗങ്ങളും.

'കാർ'ക്കോടകന്മാരുടെയും 'ബൈക്കാ'ളികളുടെയും ഇടയിലൂടെ ഞാൻ ചാഞ്ഞും ചെരിഞ്ഞും തെന്നിനീങ്ങി. ആ കൊലവിളി സൈറണു കൾക്കിടയിലൂടെ ഒഴുകിയൊഴുകി. ഒരിടത്തു പക്ഷേ, പെട്ടെന്ന് പെട്ട് പോയി, 'ഓട്ടോ'മാൻ തുർക്കികളുടെ മുന്നിൽ. രണ്ട് 'കാർ'ക്കോടകന്മാർ ക്കിടയിൽ കഴുത്തുപെട്ടതുപോലാരുന്നു 'ഓട്ടോ' മാന്റെ അവസ്ഥ. എന്നെ പ്പോലെ വേറെയും 'സൈക്കോ'പാത്തുകൾ അവിടെ സ്തംഭിച്ച് നിൽ പ്പാണ്. ഈ കുരുക്കഴിയാതെ മുന്നോട്ട് പോകാനാവില്ലെന്ന് ചിന്തിച്ച് നിൽക്കുമ്പോൾ വലത് വശത്തെ വെളുത്ത ഹോണ്ട സിറ്റിയുടെ കറുത്ത പിൻചില്ല താഴ്ന്നു. ഇരുനിറത്തിലെ സുന്ദരി കൈകാട്ടി. എന്നെയല്ലെന്ന് ഉറപ്പായതുകൊണ്ട് തിരിഞ്ഞുനോക്കി. തന്നെത്തന്നെയെന്നവൾ. ഞാൻ കാറിനടുത്തേക്ക് നീങ്ങി ഒരു പത്തുരൂപ അവളെനിക്ക് നീട്ടി. പ്രാകൃ തനായൊരു സൈക്കിളെജ്ഞക്കാരനുള്ള ഭിക്ഷയാണെന്ന് സംശയിച്ച പ്പോൾ ആളെന്റെ ഇടതുവശത്തേക്ക് അപേക്ഷസ്വരത്തിൽ കണ്ണുക ളെറിഞ്ഞു. അവിടെയൊരു ശബ്ദ വിന്യാസം മുറുകി. 'ടിങ്ടിൻ ഡിങ്ടിൻ ടിൻ ടിൻ................' കപ്പലണ്ടി പച്ചമണലിലെരിയുന്ന സുഗന്ധവും, പിന്നെ തിയാ....തിയാ...തിയാ എന്ന കൂട്ടിയിണക്കൽ ഇരുമ്പൊച്ചയും. ഞാനാ രഥക്കടയുടെ മെല്ലിച്ച തൂണിൽ പിടിച്ച് പത്തുരൂപ നീട്ടി. പുഴുക്കുത്ത് ബനിയനിട്ട ചെമ്പൻ ചേട്ടായി, ചൂട് കൂമ്പാരത്തിലെ ഒരുപിടി കപ്പലണ്ടി വർത്തമാന പത്രത്തിലെ കറുത്തക്ഷരങ്ങളെ വറുത്തുകൊണ്ട് കുമ്പിള് കുത്തിത്തന്നു. കപ്പലണ്ടി കുമ്പിളുമായി ദീപശിഖയേന്തിയ ഒളിമ്പ്യ നെപ്പോലെ ഞാനവളുടെ പിറകെച്ചെന്നു. കുമ്പിള് വാങ്ങി നന്ദി പറഞ്ഞ് ചില്ലയുയർന്നു. വീണ്ടും മന്ദമായ ചലനങ്ങൾ. പെട്ടെന്നെന്റെ വലത് വശത്തുകൂടി ആടിയുലഞ്ഞ് ഒരു ഡ്യൂക്ക് ബൈക്ക് മുന്നോട്ടുചീറി. പച്ച ട്രാവലർബാഗ് പുറത്തു തൂക്കിയിട്ടിരുന്ന ഡ്യൂക്കൻ നേരെപോയി എതിരെവന്ന ഒരു സൈക്കിളവനെ ഇടിച്ചിട്ടു. ഗതാഗതക്കുരുക്ക് ഗദ്ഗദ ത്തോടെ നോക്കി. ഞാനാപകടം നടന്നിടത്തേക്കെത്തി നോക്കി. സൈക്കി ളിന്റെ ചക്രങ്ങൾ (പച്ചമലയാളത്തിൽ പറഞ്ഞാൽ) 'O' എന്നവസ്ഥയിൽ നിന്നും 'ട' എന്നവസ്ഥയിലായി. ചവിട്ടിക്കൊണ്ടു വന്നവൻ 'ഡ' പോലെകിടക്കുന്നു. 'ഢാ' എന്നു കുലുക്കിവിളിച്ചവനെ എണീപ്പിച്ചതും അവൻ ഡ്യൂക്കനെ നോക്കി 'പ പ്ഫ പൂ പ്ഫ മ' എന്നൊരുവിളി യും. അപ്പോഴാണ് ഡ്യൂക്കനെ ഞാൻ ശ്രദ്ധിച്ചത്. അവന്റെ പുറത്തു കിടക്കുന്നത് ട്രാവലർ ബാഗല്ല, പച്ച ചുരിദാറിട്ട ഒരു വേതാളപ്പെണ്ണാണ്. ദോഷം പറയരുതല്ലോ അതുകൊണ്ട് അവന്റെ ഭാഗം പറയാനും കുറച്ചു പേരുണ്ട്. അവരെ മൂന്നുപേരെയും പാതയ്ക്കരികിലോട്ട് മാറ്റി തമ്മിത്തല്ലി ഒരു സമാധാനമുണ്ടാക്കാൻ പറഞ്ഞിട്ട് ഞങ്ങൾ ബ്ലോക്കാപ്പീസർമാർ മുന്നോട്ട് നീങ്ങി.

ഈ ഗതാഗതക്കെട്ട് ശ്വാസം മുട്ടിക്കുന്നതുപോലെയായി. ഇപ്പോൾ റോഡിന്റെ ഇരുവശവും ഇരുചക്രവാഹന ഷോറൂമുകളാണ്. മസറയ്ക്കുള്ളിലെ ആട്ടിൻപറ്റം പോലെ വെളുത്ത സ്കൂട്ടികൾ. അവരും ഈ ടാറിലോട്ട് മേയാൻ വരേണ്ടവരാണല്ലോ. നന്നായി...... നന്നാകും.... വെള്ളമില്ലാത്ത പൈപ്പിൻ ചുവട്ടിൽ കുടങ്ങളുടെ നിരനീളും അത്രതന്നെ. ഇനിയുള്ളത് ബ്ലോക്ക് മാർക്കറ്റാണ്. അതൂടെ കഴിഞ്ഞാൽ മണിച്ചിപ്പാലം. ആ 'ചക്ര'വ്യൂഹംകൂടി ഭേദിച്ചാൽ രക്ഷപെടാം. പക്ഷേ, സൂക്ഷിക്കണം, രണ്ടപകടങ്ങളിൽനിന്നും ഞാൻ കഷ്ടിച്ച് രക്ഷപെട്ടിട്ടേയുള്ളു (ഡ്യൂക്കും ബുള്ളറ്റും). ഒന്നിൽ പിഴച്ചാൽ മൂന്നെന്നായതുകൊണ്ടൊരു പേടി. ഞാൻ ബ്ലോക്ക് മാർക്കറ്റിലൂടെ ചവിട്ടി രക്ഷപ്പെട്ടിട്ടേയുള്ളു (ഡ്യൂക്കും ബുള്ളറ്റും). ഒന്നിൽ പിഴച്ചാൽ മൂന്നെന്നായതുകൊണ്ടൊരു പേടി. ഞാൻ ബ്ലോക്ക് മാർക്കറ്റിലൂടെ ചവിട്ടുകാലടികൾ ശ്രദ്ധാപൂർവ്വം നീക്കി. പച്ചപ്പൂത്തിരി കത്തിവിരിഞ്ഞപോലുള്ള മരങ്ങളാണ് ഇരുപുറവും. ഓരോ മരത്തിന് ചുവട്ടിലും ഓരോ കച്ചവടക്കാരുണ്ടാകും. പച്ചക്കറികൾ വിൽക്കുന്ന മീശക്കാരൻ ചാമി, ചരുവത്തിന്റെ മേലടപ്പിൽ കശക്കിയ ചീട്ട് കൃത്യമായി വീതിച്ചിട്ടപോലെ നനഞ്ഞ മീനുകളുമായി ത്രേസ്യാച്ചേട്ടത്തി, പിന്നെയുമുണ്ട് ചെരുപ്പ് വില്പനക്കാർ, ഈന്തപ്പഴം കച്ചോടക്കാർ, കളിപ്പാട്ടം കച്ചോടക്കാർ, പഴക്കച്ചോടക്കാർ. എല്ലാരേയും താണ്ടി പാലത്തിലോട്ട് കയറാൻ തുടങ്ങുമ്പോ ഒരു 'ഓട്ടോ'മാൻ തുർക്കി ഇടത്തോട്ട് ഇടത്തോട്ട് എന്ന് മഞ്ഞിച്ച് കാണിച്ചിട്ട് വലത്തോട്ട് പറ്റിച്ചേ പറ്റിച്ചേ പറഞ്ഞ് വെട്ടിത്തിരിഞ്ഞൊരു പോക്ക്. ഞാൻ ബ്രേക്ക് പിടിച്ചു. പക്ഷേ, എന്റെ പിന്നിൽവന്ന യമഹയപ്പൂപ്പന് അതു സാധിച്ചില്ല. ഓട്ടൊമന്റെ പുറത്തിടിച്ച് റോട്ടിന്മേല്. വെളുത്തതാടി, നിറം തൂകിയ പൂടമിഠായി പോലെയായി. ആ നല്ല മനുഷ്യൻ, ഓട്ടോച്ചേട്ടൻ തിരിഞ്ഞുപോലും നോക്കാതെ ബ്ലോക്കില് മറഞ്ഞാരുന്നു.

"വായ്നോക്കി നിക്കാതെ എന്നെയൊന്നു പോക്കെടേ." ഞാനദ്ദേഹത്തെ എഴുന്നേൽപ്പിച്ച് വിട്ടു. എനിക്ക് സമാധാനമായി അങ്ങനെ മൂന്നാമത്തെ അപകടത്തിൽ നിന്നും ഞാൻ രക്ഷപ്പെട്ടു.

ഞാൻ മണിച്ചിത്തോട് കടക്കുമ്പോൾ സൂര്യൻ അസ്തമിക്കുകയായിരുന്നു. പാലംകടന്ന ഞാൻ പ്രധാനനിരത്തിൽ നിന്നും വീട്ടിലേക്കുള്ള പാതയിലേക്കിറങ്ങി. മേളംകഴിഞ്ഞ പൂരപ്പറമ്പുപോലെ പാത. ഗതാഗതക്കുരുക്കിൽ ഞാൻ രക്ഷപെട്ട ഈ മൂന്നപകടങ്ങളും കൂട്ടിയിണക്കി ഒരു കുഞ്ഞു കഥയെഴുതാം. ഒരു നല്ല ശീർഷകവും അപ്രതീക്ഷിത അന്ത്യവും കൂടിവേണം. ശീർഷകമായിട്ട് 'ഒന്നിൽ പിഴച്ചാൽ മൂന്ന്' അല്ലെങ്കിൽ 'ഓർമ്മയിലൊരു ബ്ലോക്ക്' ഇതിലേതെങ്കിലും നൽകാം.

"കുഞ്ഞുമോളേ കുരുന്നുമോളേ
നിനക്കറിയീലാ ... ഓ നിനക്കറിയീലാ.."

ഫോൺ ചിലമ്പിത്തുടങ്ങി. പെട്ടെന്ന് കഥയിൽ നിന്നെന്റെ മനസ്സ് കടലിൽ വീണു. കർത്താവേ ഞാനത് മറന്നു. തോൾബാഗ് തപ്പി. ഇല്ല

ഞാനതെടുക്കാൻ മറന്നു. ശ്വാസകോശത്തിൽ വായു കുടുങ്ങി പൊട്ടി ച്ചിതറുമെന്ന അവസ്ഥയിലായി. പിന്നെയും ചിലച്ചോണ്ടിരുന്ന ഫോണിനെ നിശ്ശബ്ദനാക്കി. ഷോപ്പിൽനിന്നും ആ മഹാസാധനമെടു ക്കാൻ ഞാൻ മറന്നു. അവർ പൊതിഞ്ഞു തന്നത് ബാക്കി വാങ്ങാൻ നേരം മേശപ്പുറത്ത് വെച്ചു. ആ നശിച്ച സമയത്താണ് ഗോമതിയമ്മ ബുള്ളെറ്റിനെയിടിച്ചിട്ടത്. ആ കോലാഹലങ്ങൾക്കിടയിൽ നിന്നും സൈക്കിളുമെടുത്ത് രക്ഷപെടുകയായിരുന്നു. മരണംപോലെ ഞാനതെടു ക്കാൻ മറന്നു .

എന്റെ ബോധമനസ്സും ഒരു ബോധവുമില്ലാത്ത ശരീരവും ചേരി തിരിഞ്ഞ് ദ്വന്ദയുദ്ധം തുടങ്ങി.

"തിരിച്ചുപോകാം" ബോധം

"ഈ കുരുക്കിലേക്കിനിയുമിറങ്ങാനോ നിനക്കു പ്രാന്തുണ്ടോ..?" ശരീരം.

"ഇരുന്നൂറ്റി ഇരുപത് രൂപയാണ് വെറുതേ പോകുന്നത്." മനസ്സ് തേങ്ങി.

"നാളെ പോകുമ്പോൾ എടുക്കാമല്ലോ നഷ്ടം വരില്ല." ശരീരം സമാധാനിപ്പിച്ചു.

"കടേല് വരുന്ന ആരേലും അതെടുത്തുകൊണ്ട് പോയാലോ..?" ബോധത്തിന്റെ സന്ദേഹം.

"ആ ഒണക്ക സാമാനം ആർക്കു വേണം" ദേഷ്യം പിടിച്ച് ശരീരം പിടഞ്ഞെണീറ്റു.

"നിനക്കതു പറയാം അതിന്നു വീട്ടിലെത്തിച്ചില്ലെങ്കിൽ എന്റെ മനസ്സമാധാനം തകരും." മനസ്സ് കുതറിപ്പോകാൻ തുടങ്ങി.

ശരീരം മനസ്സിന്റെ കുത്തിന് പിടിച്ചു "ടാ കോപ്പേ ടാ... ഏഴെട്ട് കിലോമീറ്ററ് സൈക്കിളും ചവിട്ടി കുഴഞ്ഞ് തളർന്നു നിക്കുവാ. ഒരു ഗ്ലാസ് വെള്ളം പോലും തന്നിട്ടില്ലാ. എന്നിട്ടവൻ പിന്നേം പോകാൻ പോന്ന്."

മനസ്സ് കൈ തട്ടിത്തെറിപ്പിച്ചു "ഞാൻ പോകും. തിരിച്ച് വന്നിട്ട് വെള്ളമോ തണ്ണിയോ എന്ത് വേണേലും തരാം."

സൈക്കിള് തിരിക്കാൻ തുടങ്ങിയ മനസ്സിനെ ശരീരം പിറകോട്ട് വലി ച്ചിട്ടു. "ഒന്നൊന്നര മണിക്കൂറ് ബദ്ധപ്പെട്ടാലേ നമുക്ക് പോയിട്ട് വരാൻ പറ്റൂ. ഞാൻ ചത്തുപോകുമെടാ."

മനസ്സ് കുതറിമാറാൻ ശ്രമിച്ചിട്ടും ശരീരം പൂണ്ടടക്കം പിടിച്ചിരിക്കു കയായിരുന്നു. പൊടുന്നനെ ഉപബോധമനസ്സിൽനിന്ന് ഒരു രൂപം പാഞ്ഞിറങ്ങി തന്റെ തലകൊണ്ട് ശരീരത്തിനെയിടിച്ച് നിലത്തിട്ടു! എന്നിട്ട് കൈയിലെ പ്രത്യേകായുധം ഉയർത്തി. പിറകിൽ തടിച്ച ദണ്ഡും മുന്നിൽ പതിന്നാല് ശരങ്ങളുമുള്ള പ്രത്യേകായുധം. ശരഭാഗം ശരീരത്തിന്റെ തുട യിലും നെഞ്ചിലും കുത്തിയിറക്കി. പിന്നെ ദണ്ഡ്ഭാഗം കൊണ്ട് കർണ്ണ പുടമടച്ചടിച്ചിട്ട് അലറിക്കൂകി.

"എടോക് ണാപ്പാറി മോട്ടേവി ടെടോ"

ഇളകിത്തെറിച്ച ചെവിക്കല്ലിലേക്ക് അക്ഷരങ്ങൾ ചെന്ന് പതിച്ചപ്പോൾ വാക്കുകളുടെ ഏകോപനം പിശകി. തലയൊന്നു കിലുക്കി ശരീരം അക്ഷരങ്ങളും ദൃശ്യങ്ങളും ഒപ്പിച്ചുവെച്ചു.

സ്വന്തം ഭാര്യയാണ് മുന്നിൽ അലറിയത്! "എടോ ക്ണാപ്പാ റിമോട്ടെവിടെടോ?"

ശരീരം സൈക്കിളിൽ ഓടിക്കയറി റ തിരിച്ച് വളച്ച് കഴിഞ്ഞിട്ടാണ് മനസ്സ് വന്ന് കയറിയത്. ഗതാഗതക്കുരുക്കിലോട്ട് വീണ്ടും പോകുമ്പോൾ ശരീരം മനസ്സിനെ പഴിക്കുന്നുണ്ടായിരുന്നു. നിന്റെ ഒടുക്കൊത്തൊരു മോഹം. അതേ അവളെ കല്യാണം കഴിച്ചോണ്ട് വന്ന മോഹം.

ആ സമയത്ത് അവളൊരു പൂച്ചക്കുട്ടി പെൺകൊടിയാരുന്നു. സമാധാനമായി കടന്നുപോയ ദിനങ്ങൾ. അങ്ങനെയിരിക്കുമ്പോൾ സൗദാമിനി ഞങ്ങളുടെ വീട്ടിലേക്കുവന്നു. ആദ്യമൊന്നും വലിയ കുഴപ്പമില്ലാരുന്നു, ഗീതാംബരി വരുന്ന വരേക്കും. പിന്നീട് കഥ മാറി. ഇവള്മാര് മത്സരമായി. സംഗതി വഷളായിത്തുടങ്ങി. പിന്നെ സന്ധ്യ മയങ്ങിക്കഴിയുമ്പോ ഒരോര്ത്തികളായി വീട്ടിൽ വന്നുകയറിക്കൊണ്ടിരുന്നു. സീരിയലിന്റെ കാര്യമാ ഞാൻ പറയുന്നതേ. പിരമിഡ് ടിവിയും തറചക്ര ചാനലുമാണ് മത്സരത്തിൽ. പിരമിഡ് 'ദേവി' തുടങ്ങിയപ്പോ തറചക്ര 'ഈശ്വരി'യിറക്കി. പിരമിഡ് 'മാനസമൈന'യെ പറത്തിവിട്ടപ്പോൾ തറചക്രയുടെ 'ഹൃദയക്കുയിൽ' കൂകി. അമ്മമാരെ ടി വിക്കുമുന്നിൽ പിടിച്ചിരുത്താൻ പിരമിഡ് 'അമ്മയെവിടെ?' തുറുപ്പാക്കിയതും തറചക്ര 'അമ്മേ.! അമ്മേ..' നിലവിളിച്ചിറക്കി.

ഇതൊക്കെ തുടങ്ങുന്ന സമയത്ത് സാധുവായിരുന്നു എന്റെ ഭാര്യ. എപ്പിസോഡുകൾ കഴിയുംതോറുമവളുടെ ക്രൗര്യമേറി. 939 എപ്പിസോഡ് പൂർത്തിയാക്കിയ ഈ അവസരത്തില് അവളൊരു ഭീകരസത്വമായിമാറിയിരിക്കുകയാണ്. സീരിയലില് സന്തോഷപ്രദമായ സന്ദർഭങ്ങൾ മിന്നുന്ന ദിവസങ്ങളില് (അമ്മായി അമ്മയെ പാണ്ടിലോറിയിടിക്കുക, നാത്തൂൻ കാലുതെറ്റി കിണറ്റില് വീഴുക, ഭർത്താവിന്റെ അച്ഛന് വിഷംകൊടുക്കുക) എന്റെ വീട്ടില് ഉത്സവമാണ്. അവള് പാൽപ്പായസമൊക്കെവെയ്ക്കും. അത് കുടിക്കാൻ ഇന്നുവരെ എനിക്ക് സാധിച്ചിട്ടില്ല. കൃത്യമായിട്ട് തൊട്ടടുത്ത സീരിയലില് എന്തേലും പ്രശ്നം വരും. കോച്ച് അച്ഛനെ ബസ്സില് വെച്ച് തിരിച്ചറിയാൻ പോകുന്ന നിമിഷം കൃത്യമായി കണ്ടക്ടറാ എന്തിരവനെ ടിക്കറ്റില്ലാത്തതിനിറക്കിവിടും! (മൂന്നാഴ്ചത്തെ എപ്പിസോഡുകൾ ഈ ബസ്സ്യാത്രയായിരുന്നു.) ഉടനടി പായസം വാഴക്കൂട്ടത്തിൽ വീഴും.

ഭർത്താവിന്റെ കാമുകിയോട് പകരം വീട്ടാനായി അയാളുടെ അമ്മാവനെത്തന്നെ കാമുകനാക്കുന്ന ഭാര്യയുടെ കഥയുമായി ഒരുദാത്തമായ സീരിയലുണ്ടായിരുന്നു. 'അപ്പുമാമാ.' "ഇവൾക്ക് വല്ല ചെറുപ്പക്കാരേയും നോക്കിക്കൂടേന്ന്" ഞാൻ ചോദിച്ചതിന് അവളെന്റെ നേരെ "അപ്പുമാമയ്ക്കെന്താ ഒരു കുഴപ്പമെന്നും" പറഞ്ഞൊരു ചാട്ടം... അങ്ങനെ ആദ്യമായിട്ട് അവളെന്നെ തല്ലി..... അതെനിക്ക് അസ്സഹനീയ

മായിരുന്നു. ഞാൻ മനസ്സിലൊന്നുറപ്പിച്ചു. ഒതുക്കണം... എന്ത് വിലകൊടുത്തും... ഇത്തരം അഭിപ്രായങ്ങള് മനസ്സില് പൊന്തിവരുമ്പോൾ ത്തന്നെ ഒതുക്കണം. അങ്ങനെ അവളെ സന്തോഷിപ്പിക്കാൻ അവളുടെ 'ആർടെ പുത്രി' എന്ന മുടിഞ്ഞ സീരിയലിന്റെ ശീർഷകഗാനം ഞാനെന്റെ റിങ്ടോണാക്കി. പിരമിഡ് ടിവിയിൽ മാത്രം ഒതുങ്ങിനിന്നവളെ ഞാനാണ് തറചക്രയിലോട്ടും ആകർഷിച്ചത്. അവള്ടെ സ്നേഹം പിടിച്ചുപറ്റാനായി ഞാൻ നടത്തിയ ഒരു ഗവേഷണത്തിന്റെ ഫലം. പിരമിഡ് ടിവിയിലെ ഇടവേളകളിലെ പരസ്യം ഒരു മിനിറ്റ് മുപ്പത് സെക്കന്റ് നീണ്ടുനിൽക്കും. അതിനുശേഷം കഥതുടങ്ങുന്നത് മുപ്പത് സെക്കന്റ് പിന്നിൽനിന്നാണ്. പിന്നെ മൂന്നുമിനിറ്റിന്റെ സ്ലോ മോഷനും. ഒക്കെക്കൂടി കൃത്യം അഞ്ച് നിമിഷം തറചക്രയിലോട്ടു കിട്ടും. മൂന്ന് ഇടവേളകളുള്ള അരമണിക്കൂർ സീരിയലിൽ പതിനഞ്ച് നിമിഷങ്ങൾ ഈ അറിവ് വിലപ്പെട്ടതാരുന്നു. പക്ഷേ, ഒരു പ്രശ്നം തറചക്രയും പിരമിഡ് ടിവിയും തമ്മിൽ പതിനേഴ് ചാനലുകളുടെ അകലത്തിലാണ്. റിമോട്ട് അത്യാവശ്യമെന്ന് സാരം. ഈ സാദ്ധ്യതയിലൂടെ ഒൻപത് സീരിയലുകളാണ് രണ്ട് ചാനലുകളിലായി മൂപ്പത്തി കണ്ടുതീർക്കുന്നത്.

കഴിഞ്ഞ ദിവസം അഫ്ഗാനിസ്ഥാനിൽ നിന്നും പലായനം ചെയ്യാൻ ശ്രമിക്കുന്ന പാവം മനുഷ്യര് വിമാനത്തിന് മുകളിൽനിന്നും താഴേക്ക് പതിക്കുമ്പോൾ, ഇവള് 'ഉത്തമപത്നി' സീരിയലിലെ നായിക സാമ്പാറിനകത്ത് ഉപ്പിനു പകരം പഞ്ചസാരയിട്ട് അവൾടെ അമ്മായീടെ നാല്പത്തൊന്ന് കുളമാക്കുന്നതു കണ്ട് രസിക്കുവാരുന്നു. സഹിക്കാൻ വയ്യാഞ്ഞിട്ടാണ് "ന്യൂസ് ചാനലിടടീ പുല്ലേ അവൾടെ അമ്മായീടെ സാമ്പാറ്" എന്നു പറഞ്ഞത്. ഞാൻ നോക്കുമ്പോ റിമോട്ടുമായി അവള് മൂളിപ്പറന്ന് വരുവാണ്! റിമോട്ട് പിന്നെ വർക്ക് ചെയ്തിട്ടില്ല.. അതിന്റെ ചിപ്പില് രക്തമിറങ്ങി കേടായിപ്പോയി. എങ്ങനെ നേരം വെളുപ്പിച്ചെന്നെനിക്കറിയില്ല. ഓഫീസിലിരിക്കുമ്പോൾ ഓരോ മണിക്കൂറിലും അവള് വിളിച്ചോർമ്മിപ്പിച്ചതാ പുതിയ റിമോട്ടിന്റെ കാര്യം...മറന്നു..

വിയർത്തുകുളിച്ച് ഞാൻ ചവിട്ടുകയാണ് പ്രധാന നിരത്തിലേക്ക്. അല്ല പ്രധാന കുരുക്കിലേക്ക്. ആകാശത്തിന്റെ ഓടിളക്കി ഇരുട്ട് ഭൂമിയിലേക്കിറങ്ങിക്കൊണ്ടിരിക്കുന്നു. പാതയ്ക്കിരുവശവുമുള്ള, എൽ ഇ ഡി പ്രകാശിക്കുന്ന വീടുകളിൽനിന്നും ഈശ്വരിയുടെയും ഗീതാംബരിയുടെയും സൗദാമിനിയുടെയും ശബ്ദങ്ങൾ കേൾക്കാം. എനിക്ക് സത്യമായും തോന്നി, രാത്രിയുടെ ബാല്യത്തിൽ വൈദ്യുതിനിഷേധം തീരെയില്ലാതിരുന്നിട്ടും കേരളം ഇപ്പോഴും ഇരുട്ടിലാണ്. സീരിയൽ ഇരുട്ടിൽ.

ഗതാഗത സ്തബ്ധതയിലേക്ക് വീണ്ടുമിറങ്ങിച്ചെന്നപ്പോൾ അപ്രതീക്ഷിതമായ ഒരു കഥാന്ത്യം കിട്ടിയ സന്തോഷം എനിക്കുണ്ടായി. എന്റെ അന്ത്യം. എന്റെ രണ്ട് ശീർഷകങ്ങളും അറംപറ്റി. ഓർമ്മയിലൊരു ബ്ലോക്കുമുണ്ടായി ഒന്നിൽ പിഴച്ച് മൂന്നുവട്ടം കുരുക്കിലുമായി. എന്തായാലും ഈ കഥ ഞാനെഴുതും അതിന് ശീർഷകമായിട്ട് ആ എന്തിരവളുടെ ദിവ്യായുധത്തിന്റെ പേരുമിടും.

W

ആസിഫ് അസീസ്

ജനലിലൂടെ കാണാവുന്ന കാഴ്ചകൾക്ക് പരിധിയുണ്ടെങ്കിലും മങ്ങലില്ലായിരുന്നു. വ്യക്തമായി കാണാൻ കാരണം ഈ അപ്പാർട്മെന്റിന്റെ ആകൃതി ആകാശക്കാഴ്ചയിൽ W എന്നെഴുതിയ പോലെയാക്കിയത് കൊണ്ടാണ്. ഇതൊക്കെ ആർക്ക് കാണാൻ വേണ്ടിയാണ് എന്ന് ചോദിക്കുന്നതുപോലെ അനാവശ്യമായാണ് ഞാൻ ആ അമ്മയേയും മകനെയും എന്റെ ക്യാമറ ലെൻസിലൂടെ സൂക്ഷ്മമായി നിരീക്ഷിക്കാൻ തുടങ്ങിയത്. 14 വയസ്സുകാരന്റെ എല്ലുവളർച്ച തോന്നിക്കില്ലെങ്കിലും എണ്ണമയമാർന്ന ശരീരമായിരുന്നു അവന്റേതെങ്കിൽ ശുഷ്കമായ വിരലുകളെ മാറ്റിനിർത്തിയാൽ മാതാവിന്റെ മുപ്പതിന്റെ മുഴുപ്പ് എന്റെ ക്യാമറയേയും മോഹിപ്പിക്കാൻ പോന്നതായിരുന്നു.

പാർക്കിങ് അടുത്തായതുകൊണ്ട് വാഹനം പുറത്തേക്കെടുക്കുമ്പോൾ മാത്രമാണ് അവരെ അടുത്ത് കാണാറുള്ളത്. ജോലിക്കിറങ്ങുമ്പോൾ അവരുടെ കണ്ണുകൾ എന്റെ കണ്ണുകളിലടുപ്പിക്കാൻ ശ്രമിച്ച് പരാജിതനാകുന്ന എന്നെ പരിഹസിക്കുന്ന പോലെ ഒരു ചിരി സമ്മാനമായി കിട്ടാറുണ്ടെന്നും. ഇടയ്ക്ക് പ്രായം കൃത്യമായി പറയാൻ പറ്റാത്ത ഒരാൾ വന്നു പോകാറുള്ളതല്ലാതെ കാര്യമായ സന്ദർശകരൊന്നും അവരെ തേടി വരാറില്ല. ഭർത്താവോ ലിവിങ് പാർട്ണറോ ഉണ്ടോന്നറിയാൻ ഫേസ്ബുക്കിൽ തപ്പിയപ്പോൾ ആയിരം 'അപർണ്ണ' മാരിൽ ഇവരുടെ മുഖം കണ്ടെത്താനായില്ല.

വൈകിട്ടെന്നും 7.10 ന് അവർ കുളിക്കാൻ പോകുന്ന സമയത്തു മാത്രം അവൻ ലാപ് ടോപ്പിലൂടെ കാണുന്നത് എന്തായിരിക്കും? എത്രസും ചെയ്തിട്ടും ഗൂഗിളിൽ അവൻ ടൈപ്പ് ചെയ്യുന്നതെന്താണെന്ന് മനസിലാകുന്നില്ല. Insecure എന്നാകാൻ വഴിയില്ല. കാരണം അവന് ഗുഡ്

നൈറ്റ് ഹഗ് കൊടുക്കാതെ അവർ കിടക്കാറില്ല. ഗൂഗിളിലെ സമാനമായ വാക്കുകളിൽ തിരയുമ്പോൾ എന്റെ കണ്ണുകളെ വിടർത്തിയത് Incest എന്ന വാക്കാണ്. നിഷിദ്ധസംഗമം എന്നല്ലേ മലയാളം വരുക? കൂടുതൽ വിവരങ്ങളിലേക്ക് വിരലുകൾ പോകുമ്പോൾ എന്റെ ഹൃദയമിടിപ്പ് കൂടിത്തുടങ്ങി. അകാരണമായ ഒരു ഉൾപ്പുളകം അതിന്റെ ചരിത്രങ്ങളിലേക്കും ചിത്രങ്ങളിലേക്കും എന്നെ നയിച്ചുകൊണ്ടിരുന്നു. സെമിറ്റിക് പുരാണങ്ങളിലും ഭാരതീയ ഇതിഹാസങ്ങളിലും വിഷയാനുബന്ധ വിവരങ്ങൾ വന്നുകൊണ്ടിരിക്കുന്നതിൽ എന്നെ അത്ഭുതപ്പെടുത്തിയ കാര്യം ഈ വിഷയാന്വേഷകരുടെ എണ്ണമാണ്. പോൺ വീഡിയോകളിലും കാമോദ്ദീപന കഥകളിലും നായകൻ ഇവൻ തന്നെ.... Incest. അതിൽ ഏറ്റവും ആരാധകരുള്ളത് അമ്മയും മകനും തമ്മിലുള്ളതിന്.

10.30 നെന്നും ലൈറ്റ് അണയുമ്പോൾ അവിടെ നടക്കുന്നത് അതായിരിക്കുമോ? ഈശ്വരാ.... എന്ന് വിളിച്ച് പോകാൻ മാത്രമൊന്നുമില്ല. അല്ലെങ്കിലും ബലാൽക്കാരമില്ലെങ്കിൽ പിന്നെന്ത് പ്രശ്നം? മതങ്ങൾക്കും നിയമങ്ങൾക്കും ഇതിലെന്ത് കാര്യം ? അവർ അവരുടെ ലോകത്ത് ജീവിക്കുന്നു, ആ സ്ത്രീ സുരക്ഷിതയാണ്. സ്വാതന്ത്ര്യത്തിന്റെ പരകോടിയിൽ ജീവിക്കുന്ന ഹോളിവുഡ് നടിമാരെക്കാൾ സുരക്ഷിത. കാസ്റ്റിങ് കൗച്ചും അവിഹിത ബന്ധ വിവാഹ മോചനങ്ങളും ഇന്നും വിഷയമാക്കുന്ന/ വിഷയമാകുന്ന അവരെക്കാൾ സുരക്ഷിതയല്ലേ അപർണ്ണ? ചിന്തകൾക്കും സിഗററ്റിനും ഒന്നിച്ച് തീകൊളുത്തിയാൽ ഉൾപ്പുളകത്തിന്റെ സുഖം നഷ്ടമാകും,,,,, വേണ്ട,, നിഷിദ്ധ സംഗമം നിഷിദ്ധ ദ്വാരത്തിലേക്ക് എത്തുന്ന സമ്പൂർണ്ണതവരെ പുളക ചിന്തകൾ മറ്റു ചിന്തകളെ മറികടക്കട്ടെ.

ഇടയ്ക്ക് വരാറുള്ള ആൾ ഇന്നവരോടൊപ്പം ഭക്ഷണം കഴിച്ചത് എന്നിൽ അസ്വസ്ഥതയുണ്ടാക്കി. ഞങ്ങൾക്ക് മൂന്നാൾക്കും ഇടയിൽ അയാളുടെ ആവശ്യമെന്താ? 10.25 ന് അയാൾ യാത്ര പറഞ്ഞിറങ്ങി ലൈറ്റ് അണയ്ക്കുന്നതുവരെ സിഗരറ്റ് കൂടുതൽ വലിച്ചതുകൊണ്ടായിരിക്കാം ഭയങ്കര ദാഹം. വെള്ളമൊരുപാട് കുടിച്ചതുകൊണ്ട് ഇടയ്ക്കെഴുന്നേൽക്കേണ്ടി വന്നു. വെറുതെ ക്യാമറയിലൂടെ നോക്കിയത് കൊണ്ടാണ് അത് കാണാനായത്. ആരോ ആ ഫ്ളാറ്റിൽനിന്ന് പുറത്തേക്കിറങ്ങുന്നു. ടെറസിന്റെ മുകളിലേക്ക് പോകുന്ന ആളിന്റെ ശരീര വലിപ്പംപോലും തിരിച്ചറിയാനാകാത്ത ഇരുട്ടിനേക്കാൾ ശപിച്ചത് ലെൻസിന്റെ വില കൂടുന്നതിനനുസരിച്ച് ശമ്പളം കൂട്ടിത്തരാത്ത മുതലാളിയേയാണ്. പെട്ടെന്നുണ്ടായ ഉന്മാദത്തിന്റെ ധൈര്യമോ ആരാണെന്നറിയാനുള്ള ആകാംക്ഷയോ എന്നെയും ടെറസിലെത്തിച്ചു.

ആരെയും കാണാത്തപ്പോൾ ഭയം തോന്നിത്തുടങ്ങി. കഞ്ചാവിന്റെ പുകയുടെ മണം വരുന്ന ഭാഗത്തേക്ക് നടന്നപ്പോൾ അവൻ..... മകൻ ...... ഒന്ന് തെന്നിയാൽ 16 നില താഴേക്ക്.... അവിടെ നിന്നവൻ പുകയെടുത്തുകൊണ്ടിരിക്കുന്നു..... അടുത്തേക്ക് പോകാൻ തോന്നിയില്ല.... എന്താ

യിരിക്കാം അവനെ ഇങ്ങെനെ ചെയ്യാൻ പ്രേരിപ്പിച്ച കാര്യം. അയാളായിരിക്കും കാരണം.... അസമയത്ത് ഭക്ഷണം കഴിച്ചുപോയ ആ എരപ്പാളി.... അവനെന്തെങ്കിലും കണ്ടുകാണും. ഇങ്ങനെ കഞ്ചാവ് നിർത്താതെ വലിച്ചാൽ അവൻ ആ സ്ത്രീയെ കൊല്ലും. അല്ലെങ്കിൽ പുറം ലോകം അറിയാതിരിക്കാൻ അവർ ഇവനെ കൊല്ലും. ക്യാമറ എടുക്കാമായിരുന്നു, നേരിട്ട് ഇതൊക്കെ കാണുന്നതിനേക്കാൾ ഭേദമല്ലേ.... അപ്രതീക്ഷിതമായി അവൻ എന്നെക്കണ്ടു. എന്റെ നേർക്ക് നടന്നുവരുന്നു..... ക്യാമറയിലൂടെ കാണുന്നതിനേക്കാൾ ശരീര വളർച്ചയുണ്ടവന്. പോരാത്തതിന് കഞ്ചാവിന്റെ ലഹരിയിലും,,,,

"അങ്കിൾ... ലൈറ്ററുണ്ടോ? ഈ കോപ്പ് കത്തുന്നില്ല."

മദ്യപന്മാരും സിഗരറ്റ് വലിക്കാരും പരസ്പരംകാണിക്കുന്ന ആഗോള സ്നേഹത്തേക്കാൾ എനിക്ക് രക്ഷയായത് ട്രാക്ക് സൂട്ടിന്റെ പോക്കറ്റിൽ കിടക്കാൻ നേരം എടുത്തുവെക്കാൻ മറന്ന ലൈറ്ററായിരുന്നു . അറിയാതെ കൊടത്തുപോയി, അവൻ വീണ്ടും ഒരു നിറ കത്തിച്ചു വലിച്ചിട്ട് ലൈറ്റർ തിരികെ തന്നിട്ട് പറഞ്ഞു.

"താങ്ക്സ്."

എന്തൊക്കെ പറഞ്ഞാലും ഔപചാരിക വാക്കുകൾ ഒരാശ്വാസമാണ്. അതൊരവസരമായെടുത്ത് ഞാൻ പറഞ്ഞു.

"മോനെ ഇത് കൂടിയ സാധനമല്ലേ, ഈ പ്രായത്തിൽ സിഗരെറ്റ് ഒക്കെ പോരേ."

ഏതൊരു പുരുഷനിലും ജന്മനാ പിതൃവാത്സല്യമുണ്ടെന്ന് ആരോ എഴുതിയത് ഓർമ്മയിൽ തെളിഞ്ഞു, ആ വാക്കുകൾ എന്നിൽനിന്ന് വന്നപ്പോൾ.

"മരുന്നല്ലേ അങ്കിൾ...... ഇത് ലഹരിയുടെ പട്ടികയിലില്ലല്ലോ ഇപ്പോൾ. ഇടുക്കി ഗോൾഡ്."

വാക്കുകളിലെ ശാന്തത എന്റെ ധൈര്യം വർദ്ധിപ്പിച്ചു.

"ഇന്നാരായിരുന്നു ഗസ്റ്റ്?"

പുകയുടെ വേഗത്തിൽത്തന്നെ ഉത്തരം വന്നത് എന്നെ ഞെട്ടിച്ചു.

"അച്ഛൻ."

"പുള്ളി എവിടെയാ?"

"ഞങ്ങളോടൊന്നിച്ചല്ല.. വേറെയാ താമസം."

"മോനതിൽ വിഷമമുണ്ടോ?"

സന്ദർഭ ശാന്തത എന്റെ നാക്കിൽ ബുദ്ധി പ്രവർത്തിച്ചു തുടങ്ങി. ഒരു വല്ലാത്ത ചിരിചിരിച്ചിട്ടവൻ പറഞ്ഞു.

"അതൊന്നുമല്ല അങ്കിൾ.. അപ്പയെ ബഹുമാനിക്കാൻ അമ്മ ശീലിപ്പിച്ചിട്ടുണ്ട്, വളർന്നുവന്ന സാഹചര്യമായിരിക്കാം അപ്പയുടെ സ്വഭാവ ദൂഷ്യത്തിന് കാരണം.... നിയന്ത്രിക്കാൻ ആരുമില്ലാതെ വളർന്നതാ അപ്പ എന്ന് അമ്മ തന്നെ പറയാറുണ്ട്."

"എന്നിട്ടാണോ മോൻ ഇതൊക്കെ വലിക്കുന്നത്?"

ദീർഘ നിശ്വാസവും ബാക്കിവന്ന പുകയും ഒന്നിച്ചെന്റെ കണ്ണുകളിൽ തട്ടി.

അവസാനത്തെ പുകയുംകൂടെടുത്ത് അവനത് കളഞ്ഞു. താഴേക്ക് വീഴുന്ന ബീഡിയെ നോക്കിയിട്ടവൻ പറഞ്ഞു.

"എപ്പോഴുമില്ല, ഇന്നലെക്കണ്ട കാഴ്ച ഓർത്തപ്പോൾ ഇന്നും വലിക്കാൻ തോന്നി."

അവനേക്കാൾ പ്രായക്കുറവ് എനിക്കുള്ളതുപോലെ ചോദിച്ചുപോയി.

"എന്ത് കാഴ്ച?"

"ഇക്കാലത്ത് സേഫ് അല്ലാന്നറിഞ്ഞിട്ടും അമ്മ ആർക്കോവേണ്ടി വാട്സ് ആപ്പിൽ ന്യൂഡ് പോസ്ചെയ്യുന്ന കാഴ്ച."

ഇത് പറഞ്ഞിട്ടവൻ പെട്ടെന്ന് പോയത് ഞാനറിഞ്ഞില്ല, ചില ചോദ്യങ്ങൾക്കുത്തരം കിട്ടാതെ നിന്നുപോയി.

അവൻ സങ്കടം കൊണ്ടാണോ, സഹതാപംകൊണ്ടാണോ, ലഹരി കൊണ്ടാണോ, ഇതൊക്കെ എന്നോട് തുറന്ന് പറഞ്ഞത് എന്തിനാണ് ????

കുഴിവെട്ട്

സന്ദീപ് സുരേഷ്

ചാക്കോച്ചൻ മരിച്ചു... ദേ ചാക്കോച്ചൻ മരിച്ചൂന്ന്

ചാക്കോച്ചൻ മരിക്കട്ടെ, അതിനെനിക്കെന്താ? ഞാനല്ലല്ലോ ചാക്കോച്ചൻ!

എന്നാലും ആ പുല്ലാന്നിക്കാരൻ ചാക്കോച്ചൻ അങ്ങു മരിച്ചുകളഞ്ഞല്ലോ!

അന്ന് പണ്ടെങ്ങോ ആണ് ചാക്കോച്ചൻ എങ്ങനെയോ കുന്നുമ്പുറത്ത് എത്തിപ്പെട്ടത്. എവിടെ നിന്നോ വന്നു, എവിടേക്കോ പോണം. പക്ഷേ, കുന്നുമ്പുറത്തെത്തി അവിടെ തറഞ്ഞുപോയി.

നിവൃത്തികേടുകൊണ്ടാ... ചാക്കോച്ചൻ പറയും. അങ്ങനെ നിവൃത്തികെട്ട ചാക്കോച്ചൻ പണിയന്വേഷിച്ചു തുടങ്ങി. ടൈപ്പിങ് മെഷീനിൽ അടിക്കാനും അഴിച്ചുപണിയാനും എന്നോ പഠിച്ചിരുന്നു. പക്ഷേ, കുന്നുമ്പുറത്തെവിടെ ടൈപ്പിങ് യന്ത്രം! കട്ടകളിൽ കൊത്തിവെച്ച ലിപി സായിപ്പിന്റെയാണോ ഗോസായിയുടെയാണോ നമ്മുടെ തന്നെയാണോ എന്നു തിരയുന്നവർ തന്നെ വിരളം. ഇവിടെ എല്ലാം ചിത്രലിപിയും എഞ്ചുവടിയും.

കൂട്ടത്തിൽ ജന്മി മൂപ്പിലിനെ പോയി കണ്ടത് തേങ്ങവെട്ടു സമയത്ത് പുരയിടത്തിൽവെച്ചായിരുന്നു. കാര്യസ്ഥന്മാരെ അത്ര വിശ്വാസമില്ലാഞ്ഞോ അതോ തേങ്ങവെട്ടു കണ്ടിരുന്ന് ഇളനീർ മോന്താൻ ഇഷ്ടമായിട്ടോ ആവോ, മൂപ്പിലാൻ ആ സമയത്ത് നേരിട്ടുതന്നെ പുരയിടത്തിൽ എഴുന്നള്ളിയിരിക്കാറുണ്ട്. പണിയന്വേഷിച്ചപ്പോൾ തെങ്ങിൽ കയറാൻ അറിയാമോയെന്നു മൂപ്പിലിന്റെ ചോദ്യം. അറിയില്ലെന്ന് ഉത്തരം പറഞ്ഞപ്പോൾ ഒരു തളപ്പെടുത്തു കൊണ്ടുപോയി കേറിപ്പഠിക്കാൻ പറഞ്ഞു. കണക്കപ്പിള്ളയായി ചിലപ്പോൾ കൂടെക്കൂട്ടിയേക്കും എന്നു പ്രതീക്ഷിച്ചു

ചെന്ന ചാക്കോച്ചൻ തളപ്പും കൈയിൽ പിടിച്ച് തെങ്ങിന്റെ മണ്ടേൽ നോക്കി കുറച്ചുനേരം നിന്നുവെന്നത് നേര്. ഇതൊക്കെ കണ്ടും കേട്ടും നിലത്തുനിന്നവരും തെങ്ങേൽ കേറിയവരും ചിരിച്ചു. പക്ഷേ, ചാക്കോച്ചനാരാ മോൻ! വാശിക്കു വലിഞ്ഞുകേറിത്തുടങ്ങി. കേറുന്നതിലും വേഗത്തിൽ നെഞ്ചുരഞ്ഞു താഴെയെത്തി. ചിലപ്പോൾ കൈവിട്ടും വീണു. ഒന്നു വീണു, രണ്ടു വീണു, അങ്ങനെ പത്തുവരെ പലരും എണ്ണി. ഓരോ വീഴ്ചയ്ക്കു ചുറ്റും ചിരി അകമ്പടി നിന്നു. മൂപ്പിലിനും തമാശയ്ക്കുള്ള കോളായി. എന്നാൽ പിന്നീട് ചാക്കോച്ചൻ കേറി തെങ്ങിന്റെ മണ്ടേൽ എത്തുകതന്നെ ചെയ്തു. പിന്നെ വീണത് ചാക്കോച്ചനല്ല, തേങ്ങയാരുന്നു. എന്തായാലും വൈകിട്ട് തേങ്ങയെണ്ണിയപ്പോൾ ചിരി ചാക്കോച്ചന്റേതായിരുന്നു. നെഞ്ചത്ത് ചോര പൊടിഞ്ഞെങ്കിലും തലയുയർത്തി ചാക്കോച്ചൻ പറമ്പിറങ്ങി. ഉയർത്തിപ്പിടിച്ച തലയിൽ കൂലിയായി കിട്ടിയ തേങ്ങ ചാക്കിൽ കെട്ടി എടുത്തിട്ടുണ്ടായിരുന്നു.

അങ്ങനെ പതിയെ ആ നാട്ടിലെ എല്ലാ തെങ്ങിലും ചാക്കോച്ചൻ കേറി. അങ്ങനെ ടൈപ്പടിക്കാരനായിരുന്ന പുല്ലാന്നിക്കാരൻ ചാക്കോച്ചൻ, തെങ്ങുകേറ്റക്കാരൻ ചാക്കോച്ചനായി. പക്ഷേ കുറേനാളു കഴിഞ്ഞപ്പോൾ ചാക്കോച്ചനു മടുത്തു. നാട്ടിലെ എല്ലാ തെങ്ങും കേറിക്കഴിഞ്ഞോണ്ടാണോ?

“ഓ എനിക്കു മടുത്തെന്നേ, എന്നും കാലത്തെണീറ്റുപോയി ഈ തളപ്പുമിട്ട് ഓരോ തെങ്ങിലും വലിഞ്ഞുകേറണം. കേറി ഉച്ചീലെത്തീട്ട് എങ്ങനേലും പണിതീർക്കാമെന്നു വെക്കുമ്പം, ദാണ്ടെ തെങ്ങേൽ ഒരടി പോലും കേറാൻ പറ്റാത്തവരും വഴിയേ പോണോരും കൽപ്പന തുടങ്ങും. അതുവെട്ട്, ഇതുവെട്ട്, ആ വെട്ടിയത് കരിക്കാ, ഈ ഓല എന്താ വെട്ടാത്തേ.... കേട്ടാൽ ചൊറിഞ്ഞുവരും. എന്നാ ഇവനൊക്കെ കേറിവെട്ടരുതോ? കൂലിയാണേലോ നയാപൈസയില്ല. ഓഹരിത്തേങ്ങേം പെറുക്കി കൊണ്ടോയി വിൽക്കണം. എന്നാ മെനക്കേടാ! വല്ലാത്ത പണിയും ഇല്ലാത്ത കൂലിയും. എനിക്കെങ്ങുംമേല ഇനി.”

അങ്ങനെ തെങ്ങുകേറ്റക്കാരൻ ചാക്കോച്ചൻ വീണ്ടും പണിയില്ലാത്ത വെറും പുല്ലാന്നിക്കാരൻ ചാക്കോച്ചനായി. വീണ്ടും ചാക്കോച്ചൻ പണിയന്വേഷിച്ചിറങ്ങി. ഇത്തവണ ചെന്നുകേറിയത് മത്തായിമാപ്പിളേടെ റബ്ബർ തോട്ടത്തിൽ. അറത്തകൈക്ക് ഉപ്പു തേക്കാത്ത മാപ്പിള മുഷിഞ്ഞ മുഖത്തോടെ ചോദിച്ചത് റബ്ബറു വെട്ടാനറിയാമോയെന്നാണ്. തേങ്ങവെട്ടും മരംവെട്ടും പോലെയല്ലാത്ത ഈ വെട്ട് ദൂരെനിന്ന് കണ്ടിട്ടുള്ളതല്ലാതെ, റബ്ബറു വെട്ടുന്ന കത്തിപോലും ചാക്കോച്ചൻ നേരേചൊവ്വേ കണ്ടിട്ടില്ല. കത്തിയെടുത്തു നീട്ടി എന്നാ നീ വെട്ടിപ്പഠിക്ക് എന്ന ഔദാര്യമൊന്നും മത്തായിമാപ്പിള ചെയ്തില്ല. പക്ഷേ, ഒരു വാഗ്ദാനം ചെയ്തു. കത്തീം വാങ്ങി എവിടുന്നേലും വെട്ടിപ്പഠിച്ചു വന്നാൽ പണിയും കൂലിയും തരാമത്രേ! എന്നാലിതൊന്ന് പഠിച്ചിട്ടു തന്നെയെന്ന് ഉറപ്പിച്ച് ചാക്കോച്ചനും പടിയിറങ്ങി.

അടുത്ത ദിവസം കുന്നുമ്പുറത്തുകാരു കണ്ടത് റബ്ബറുവെട്ടു കത്തിയും വാങ്ങിവരുന്ന ചാക്കോച്ചനെയാണ്. കുന്നുമ്പുറത്തെ ആദ്യ കാല വെട്ടുകാരൻ പൈലിയുടെ അടുത്തുപോയി ചാക്കോച്ചനങ്ങ് ശിഷ്യ പ്പെട്ടു. റബ്ബറുവെട്ടിന്റെ തഞ്ചോം തരോമൊക്കെ പൈലിയാശാൻ ശിഷ്യനു പറഞ്ഞുകൊടുത്തു. പിന്നെ രണ്ടു ദിവസം, സ്വന്തമായി റബ്ബറുമര മൊന്നും ഇല്ലാതിരുന്ന ആശാനും ശിഷ്യനും കൂടി ആളില്ലാപ്പറമ്പുകളിലെ നാഥനില്ലാമരങ്ങളിലൊക്കെ ടാപ്പിങ് കത്തി പ്രയോഗിച്ചു നടക്കുന്നതാണ് കുന്നുമ്പുറത്തുകാരു കണ്ടത്. എന്തായാലും ആ രണ്ടു ദിവസംകൊണ്ട്, റബ്ബറൊഴികെ ഏതാണ്ടെല്ലാ മരങ്ങളുടേയും തൊലിയുരിച്ച് ടാപ്പിങ് കത്തി വഴക്കിയെടുത്ത ചാക്കോച്ചൻ, ഗോദയിലേക്കിറങ്ങുന്ന ഗുസ്തിക്കാരനെ പ്പോലെ അതുമായി മത്തായിമാപ്പിളയുടെ മുന്നിൽ പ്രത്യക്ഷപ്പെട്ടു. ഒന്ന് അമ്പരന്നെങ്കിലും മാപ്പിള പറഞ്ഞ വാക്കുമാറ്റിയില്ല. തുടക്കമെന്ന നിലയിൽ വെട്ടുതീരാറായ കുറച്ചു മരങ്ങൾ ചാക്കോച്ചനെ ഏൽപ്പിച്ചു നോക്കി. ചാക്കോച്ചനാരാ മോൻ! പത്തു ദിവസംകൊണ്ട് കറതീർന്ന വെട്ടു കാരനായെന്നു മാത്രമല്ല, ചിരട്ടേലെ പാലെടുക്കുന്നതു മുതൽ ഷീറ്റടിച്ച് ഉണക്കിയെടുക്കുന്നതുവരെയുള്ള എല്ലാ പണിയും പുള്ളി പഠിച്ചെടുത്തു. അങ്ങനെ മത്തായിമാപ്പിളേടെ മാത്രമല്ല, ആ പ്രദേശത്തെ മിക്കവാറും എല്ലാ റബ്ബർതോട്ടങ്ങളിലും ചാക്കോച്ചൻ വെട്ടുകാരനായി. അങ്ങനെ നമ്മുടെ പുല്ലാന്നിക്കാരൻ ചാക്കോച്ചൻ റബ്ബറുവെട്ടുകാരൻ ചാക്കോച്ച നായി.

കുറേനാൾ അങ്ങനെ പോയി. അപ്പോ ദാണ്ടെ, ചാക്കോച്ചന് റബ്ബറുവെട്ടും മടുത്തു തുടങ്ങി.

''ഓ മടുപ്പാന്നേ, മഴയാണേലും മഞ്ഞാണേലും വെളുപ്പിനെ എണീറ്റു പോണം. പിന്നെ മരമായ മരമെല്ലാം ചെത്തിച്ചെത്തി, പിന്നെ ചിരട്ടേന്നു പാലുമെടുത്ത്... അതിന്റെ ഉളുമ്പുമണമാണേലോ പറയുകേം വേണ്ട! സൂര്യനുദിച്ച് തലേടെ മേലേ വരുന്നവരെ ഒന്നിരിക്കാനോ പെടുക്കാനോ പറ്റാതെ പണിയെടുത്താൽ കൂലി അന്നത്തേക്കു കിട്ടിയാലായി. ഇല്ലേൽ ആഴ്ചാവസാനം ഷീറ്റുവിൽക്കണവരെ അതും കടം പറയും. റബ്ബറു വിറ്റാൽ ഉടയോനു കിട്ടുന്നപോലെ നമുക്കു വല്ലതും കിട്ടുമോ അതുമില്ല. ആഹ് പോട്ട്...'' അങ്ങനെ ടാപ്പിങ് കത്തി താഴെവെച്ച്, റബ്ബറുവെട്ടുകാരൻ ചാക്കോച്ചൻ വീണ്ടും വെറും പുല്ലാന്നിക്കാരൻ ചാക്കോച്ചനായി.

പിന്നെ ചാക്കോച്ചനെ കുന്നുമ്പുറത്തുകാരു കാണുന്നത് അലിയാരു ഹാജിയുടെ തടിമില്ലിലാണ്. മില്ലിൽ അറക്കപ്പണിക്കുചെന്നുകൂടിയ ചാക്കോച്ചൻ അധികം താമസിക്കാതെ അവിടത്തെ പ്രധാന തടിയളവു കാരനായി. ആ പണി ചാക്കോച്ചനങ്ങ് ഇഷ്ടപ്പെടുകേം ചെയ്തു. അങ്ങനെ പുല്ലാന്നിക്കാരൻ ചാക്കോച്ചൻ തടിയളവുകാരൻ ചാക്കോച്ചനാ യങ്ങു മാറി. തുടക്കത്തിൽ മില്ലിലെത്തുന്ന തടി അളന്നും തിരിച്ചും മുറിച്ചെടുപ്പിക്കലായിരുന്നു ചാക്കോച്ചന്റെ പണി. പണിയെടുക്കുന്നതിലെ

മിടുക്കുകൊണ്ടും ചെയ്യുന്നതിലെ നേരുകൊണ്ടും ചാക്കോച്ചൻ ഹാജിയുടെ വിശ്വസ്തനുമായി. അങ്ങനെ മില്ലിലെ പണിയേക്കാൾ ഹാജിയുടെ കൂപ്പിലെ തടിയളവിനും, പിന്നെ നാട്ടിലും കാട്ടിലും മേട്ടിലുമെല്ലാം ഹാജി വില പറയുന്ന മരമൊക്കെ അളക്കാനും ചാക്കോച്ചൻ തന്നെ പോയിത്തുടങ്ങി. യാത്രകൾ പണ്ടേ ചാക്കോച്ചനും ഹരമായിരുന്നു. അങ്ങനെ കാടു കേറിയും മേടു കേറിയും മരമളന്നും കാഴ്ച കണ്ടും തടിയളവുകാരൻ ചാക്കോച്ചൻ കുറേക്കാലം മുന്നോട്ടുപോയി. അങ്ങനെ പോകുമ്പോളാണ് കാട്ടിലകത്തെ ക്ലാരമ്മയെ ചാക്കോച്ചൻ കണ്ടുമുട്ടുന്നത്. ഒരു കൂട്ടൊക്കെ വേണമെന്ന് ചാക്കോച്ചനും തോന്നിത്തുടങ്ങിയിരിക്കാം. എന്തായാലും, തന്റേടിയായ ക്ലാരമ്മ ചാക്കോച്ചന്റെയൊപ്പം കുന്നുമ്പുറത്തേക്കു വന്നു. ജന്മിമൂപ്പിലിന്റെ കൈയിൽ നിന്നും ഒറ്റിവാങ്ങിയ മണ്ണിലെ ഓലപ്പുരയ്ക്ക് അതോടെ കൂടുതൽ അടച്ചുറപ്പായി. പുറത്ത് അടുപ്പുകൂട്ടാനൊരു ചായ്പ്പുമായി, കിണറിനോട് ചേർന്നൊരു മറപ്പുരയുമായി.

പക്ഷേ, അടുത്തൊരു പ്രശ്നം തലപൊക്കി. കെട്ടിയോനിങ്ങനെ തടിയളവിനായി ഒരു പോക്കു പോയാൽ ചിലപ്പോൾ ദിവസങ്ങൾ തന്നെ ക്ലാരമ്മ അവിടെ ഒറ്റയ്ക്കാകും. കെട്ടിയോൻ വിളിപ്പുറത്തുണ്ടാകണം എന്ന ക്ലാരമ്മയുടെ മോഹത്തിനു മുന്നിൽ ചാക്കോച്ചന് അങ്ങനെ തടിയളവു പണി നിർത്തേണ്ടി വന്നു. അതോ, ക്ലാരമ്മ പറയാതെതന്നെ കുറച്ചുനാൾ കഴിഞ്ഞ് ചാക്കോച്ചനായി ആ പണി നിർത്തുമാരുന്നോ? പുള്ളിക്കാരന്റെ കാര്യം ഒന്നും പറയാൻ പറ്റില്ലല്ലോ! പക്ഷേ, ചാക്കോച്ചൻ തന്നെ പിന്നെ ചിലരോടൊക്കെ പറഞ്ഞത് ഇങ്ങനെയായിരുന്നു. ‘‘കാടും മേടും കേറാനൊക്കെ രസമാ.. പക്ഷേ, എത്രകാലം മരോം ചുറ്റിപ്പിടിച്ച് ഇങ്ങനെ ജീവിക്കും. പിന്നെ മുറിച്ചിടുന്നതൊരു മരമാണേലും അതുമൊരു ജീവനല്ലേ?’’

അങ്ങനെ വീണ്ടും പുല്ലാന്നിക്കാരൻ ചാക്കോച്ചൻ പണി തേടിത്തുടങ്ങി. എല്ലുമുറിയെ പണിയെടുത്താലും അതിനനുസരിച്ചുള്ള നീക്കിയിരുപ്പൊന്നും ചാക്കോച്ചനില്ല എന്നത് അപ്പോഴാണ് ക്ലാരമ്മയ്ക്ക് മനസ്സിലായത്. താനുംകൂടി പറഞ്ഞ് ഉള്ള പണി നിർത്തിച്ചത് മണ്ടത്തരമായോ എന്നും അവൾക്ക് തോന്നി. പക്ഷേ, ചാക്കോച്ചനുണ്ടോ വല്ല കൂസലും. ഇപ്പോ പഴയപോലെ ഒറ്റാംതടിയല്ലാതായിപ്പോയി. ഒരു വയറു കൂടി കഴിയണ്ടായോ?

ആയിടയ്ക്കായിരുന്നു ക്ലാരമ്മയുടെ പട്ടാളത്തിലായിരുന്ന മൂത്ത ചേട്ടൻ അവധിക്കു വന്നത്. കല്യാണം കൂടാൻ പറ്റാതെപോയ അയാൾ കുന്നുമ്പുറത്തുവന്ന് പെങ്ങടേം അളിയന്റേം കൂടെ രണ്ടു ദിവസം നിന്നിട്ടാണ് പോയതും. പോവുന്ന മുന്നേ നല്ലൊരു വിവാഹസമ്മാനവും അളിയൻ വാങ്ങിക്കൊടുത്തു. ഒത്ത ഒരു പശുവും അതിന്റെ ക്ടാവും. പെങ്ങളും കെട്ടിയോനും നല്ല പാലു കുടിച്ചോട്ടെ എന്ന് നല്ലവനായ ആ സഹോദരൻ കരുതിക്കാണും. പക്ഷേ, നല്ല പാലു കിട്ടണമെങ്കിൽ

പശുവിന് നല്ല തീറ്റയും വെള്ളവും കൊടുക്കണം. പിന്നെ നല്ലൊരു കറവക്കാരനും വേണം. തീറ്റയും വെള്ളവും ഒന്നും ഒരു കുറവും വരുത്താതെ ക്ലാരമ്മ തന്നെ നോക്കുന്നുണ്ട്. പക്ഷേ, കറവയായിരുന്നു പ്രശ്നം. കുന്നുമ്പുറത്തെ ആസ്ഥാനകറവക്കാരനായ ഈനാശുവിന് തുക്കിടിസായിപ്പിന്റെ ഗമയാണ്. പുള്ളിക്കാരനിപ്പോൾ കറവയെക്കാളേറെ പാൽക്കച്ചവടത്തിലാണ് ശ്രദ്ധ. ഈനാശു വന്നു കറക്കുന്നതിന് കാത്തിരിക്കുന്ന പട്ടികയിൽ അങ്ങനെ ക്ലാരമ്മയുടെ പശുവും ഇടം പിടിച്ചു. പശുവിന്റെ പാലു കൂടുതലും ക്ടാവു തന്നെ കുടിക്കുന്നതായി അവസ്ഥ.

പക്ഷേ, ചാക്കോച്ചനാരാ മോൻ! ഒരു ദിവസം രാവിലെ ക്ലാരമ്മ കാണുന്നത്, മൊന്തയും പിടിച്ച് പശുവിനെ കറക്കാൻ പഠിച്ചപണി പതിനെട്ടും പയറ്റുന്ന ചാക്കോച്ചനെയാണ്. ആ കുറുമ്പിപ്പശുവാണേൽ അടുപ്പിക്കുന്നില്ല. കുത്തും ചവിട്ടുമൊക്കെ ആവശ്യത്തിന് കിട്ടുന്നുണ്ട്. ക്ലാരേടെ കളിയാക്കൽ കൂടി കേട്ടെങ്കിലും ചാക്കോച്ചൻ പിന്മാറിയൊന്നുമില്ല. രണ്ടു ദിവസം കഴിഞ്ഞപ്പോൾ ദാണ്ടെ ഒരു മൊന്ത പാലാണ് ചാക്കോച്ചൻ തന്നെത്താനെ കറന്ന് കാട്ടിലകത്ത് ക്ലാരമ്മയുടെ മുന്നിൽ വെച്ചത്. ഇതിയാൻ ഒരു സംഭവമാണല്ലോ എന്നുകരുതി ക്ലാരമ്മ വാപൊളിച്ചുപോയി. അന്നവൾക്ക് കുറച്ച് സ്നേഹം കൂടുതലുമായിരുന്നു. എന്തായാലും പിന്നെ ഈനാശുവിന് പിന്നെ ആ പടി കേറേണ്ടി വന്നിട്ടില്ല.

പുതിയ ഒരു തൊഴിലുപഠിച്ചിട്ട് പുല്ലാന്നിക്കാരൻ ചാക്കോച്ചന് വെറുതെയിരിക്കാൻ പറ്റുമോ? ഒരു സൈക്കിളും വാങ്ങി അതിലൊരു പാൽപ്പാത്രവും കെട്ടിവെച്ച് അതിരാവിലെയും വൈകുന്നേരവും വീട്ടിൽ നിന്നിറങ്ങുന്ന ചാക്കോച്ചനെയാണ് പിന്നീട് ക്ലാരമ്മ കണ്ടത്. അങ്ങനെ കുന്നുമ്പുറത്ത് പശുവുള്ള മിക്ക വീട്ടിലും ചാക്കോച്ചനായി കറവക്കാരൻ. ''അതിപ്പോ ഒരു തൊഴിലുപഠിച്ചിട്ട് വെറുതേയിരിക്കാൻ പറ്റുവോ? ഒരു പണിയെടുക്കാൻ പറ്റുന്നേ എന്നാത്തിനാ വേണ്ടെന്നു വെക്കുന്നേ?'' അങ്ങനെ പുല്ലാന്നിക്കാരൻ ചാക്കോച്ചൻ കറവക്കാരൻ ചാക്കോച്ചനായി മാറി.

ചാക്കോച്ചനിങ്ങനെ പല വീടുകേറി കറവക്കാരനായി നടക്കുന്നത് പക്ഷേ, ക്ലാരമ്മയ്ക്കത്ര പിടിച്ചിരുന്നില്ല. കറവക്കാരൻ എന്ന വിളിതന്നെ അവൾക്ക് ഏനക്കേടുണ്ടാക്കി. എല്ലാത്തിനും തുടക്കമിട്ടത് ഈ കുറുമ്പിപ്പശുവാണല്ലോ എന്നോർക്കുമ്പോൾ അവൾ രൂക്ഷമായി അതിനെയൊന്നു നോക്കും. പക്ഷേ, മൂത്ത ചേട്ടൻ സ്നേഹത്തോടെ വാങ്ങിത്തന്നതല്ലേ, ആ ദേഷ്യമങ്ങ് അലിയും. പോരാത്തതിന്, ഇപ്പോൾ അതിന്റെ പാലു വിറ്റു കിട്ടുന്ന ഒരു വരുമാനവും ക്ലാരമ്മയ്ക്കുണ്ടായിട്ടുണ്ട്. എന്തൊക്കെ ചെയ്യാനുള്ളതാ. ഒറ്റിയിൽ കിടക്കുന്ന ഈ പറമ്പൊന്ന് തീറാക്കണം. വീടൊക്കെ കല്ലുകൊണ്ട് മെനയായി പണിയണം. ഇനി പിള്ളേരുംകൂടി ആവുമ്പോൾ ഉണ്ടാകുന്ന ചെലവുകൾ വേറേ. അതിയാനാണേൽ നന്നായി പണിയെടുക്കുക, അന്നന്നത്തെ ചെലവു കഴിക്കുക

എന്നതിനപ്പുറം ചിന്തയൊന്നുമില്ലല്ലോ. എന്തേലും മിച്ചം പിടിക്കണമെങ്കിൽ താൻതന്നെ കരുതണമെന്ന് ക്ലാരമ്മയ്ക്ക് മനസ്സിലായതാണ്. പിന്നെ മറ്റു പണിക്കാരെപ്പോലെ കള്ളോ, പൊടിയോ, വലിയോ ഒന്നുമില്ലാത്ത മര്യാദക്കാരനാണല്ലോ തന്റെ ഭർത്താവ് എന്നോർക്കുമ്പോൾ ക്ലാരമ്മയ്ക്ക് കുറച്ച് അഭിമാനമൊക്കെ തോന്നും. എന്നാലും ഈ കറവക്കാരൻ ചാക്കോച്ചൻ എന്ന പേര്.... അതൊന്നു മാറാൻ എന്നതാ വഴി?

മുടങ്ങാതെ പള്ളിയിൽ പോകുന്ന ക്ലാരമ്മ അന്നു കുമ്പസാരക്കൂട്ടിൽ കേറി വികാരിയച്ചനോടുതന്നെ അക്കാര്യമങ്ങു ചോദിച്ചു. കേട്ട അച്ചനാകട്ടെ, തേടിയ വള്ളി കാലിൽ തടഞ്ഞ പോലായി. കപ്യാരു ദേവസ്സിക്കാണേൽ പ്രായമായി. കപ്യാരു പണിയിൽനിന്ന് വിടുതൽ തരണമെന്ന് ദേവസ്സിയും ഏറെനാളായി പറയുന്നു. നല്ലോരു ചുറുചുറുക്കുള്ള കപ്യാരെ പകരം കൊണ്ടുത്തരണേയെന്ന് ഇന്നു കാലത്തും കർത്താവിനോട് പ്രാർത്ഥിച്ചതേയുള്ളൂ. കർത്താവ് ഇത്ര വേഗത്തിലൊക്കെ പ്രാർത്ഥന കേൾക്കുമോ? എന്തായാലും നന്നായി. പക്ഷേ, ഇന്നേ വരെ പള്ളിപ്പറമ്പിൽ പോലും കാലെടുത്തു വെക്കാത്ത ചാക്കോച്ചനെ എങ്ങനെ കപ്യാരാക്കും? എന്തായാലും ചാക്കോച്ചനോടൊന്ന് പള്ളിയിലേക്കു വരാൻ പറയാൻ ക്ലാരമ്മയോട് അച്ചൻ പറഞ്ഞുവിട്ടു. അടുത്ത ദിവസം തന്നെ ചാക്കോച്ചൻ അച്ചന്റെ മുന്നിൽ ഹാജരായി. കപ്യാർ ജോലിയുടെ മാഹാത്മ്യം വർണ്ണിച്ചശേഷം ചാക്കോച്ചനു കപ്യാരായിക്കൂടെ എന്ന് അച്ചനങ്ങ് ചോദിച്ചു. ചാക്കോച്ചൻ പക്ഷേ, മാന്യമായി അതങ്ങ് നിരസിച്ചു. ''ഓ അതൊന്നും നമ്മളെക്കൊണ്ട് പറ്റുകേലെന്നേ. വല്ലോം മേലനങ്ങിയുള്ള പണിയൊക്കെയാ എനിക്കിഷ്ടം. പിന്നെ നമ്മളു പണിയെടുക്കുന്നതു കൊണ്ട് മറ്റുള്ളോനും എന്തേലും ഗുണമൊക്കെ ഉണ്ടാകണ്ടായോ?'' അതായിരുന്നു പുല്ലാന്നിക്കാരൻ ചാക്കോച്ചൻ.

കാര്യമറിഞ്ഞപ്പോൾ ക്ലാരമ്മയ്ക്ക് നല്ല ദെറുവൊക്കെയുണ്ടായി. ചാക്കോച്ചൻ അതത്ര കാര്യമാക്കിയില്ല. പക്ഷേ, കുറച്ചു ദിവസത്തിനകം തന്നെ കറവക്കാരന്റെ പണിയങ്ങു നിർത്തുവാന്ന് ചാക്കോച്ചൻ പറഞ്ഞപ്പോൾ ക്ലാരമ്മേടെ കെറുവിക്കലങ്ങു മാറി. ''ഓ മടുത്തെന്നേ. പശൂന്റേം ചാണകത്തിന്റേം ഒക്കെ ചൂരും പിടിച്ച് എത്ര നാളാന്നേ ഈ പണി. വന്ന് വന്ന് ഞാനുമൊരു കന്നാലിയായി മാറുമോന്നാ പേടി..'' പറഞ്ഞ് ചാക്കോച്ചൻ തന്നെ പൊട്ടിച്ചിരിക്കും. അങ്ങനെ കറവക്കാരൻ ചാക്കോച്ചൻ വീണ്ടും പുല്ലാന്നിക്കാരൻ ചാക്കോച്ചനായി.

പിന്നെയും കാലം മുന്നോട്ടു പോയി. ചാക്കോച്ചൻ വീണ്ടും പുതിയ തൊഴിലുകൾ പഠിച്ചു. പുതിയ പേരുകൾ നേടി. മടുത്തപ്പോൾ വീണ്ടും പുതിയ പേരുകളും തൊഴിലുകളും തേടി. അങ്ങനെ, റേഷൻകടയിലെ കണക്കെഴുത്തുകാരൻ ചാക്കോച്ചനായി, പിന്നെ പത്മനാഭൻ മുതലാളി കുന്നുമ്പുറത്ത് ആദ്യത്തെ ട്രാൻസ്പോർട്ട് ബസിറക്കിയപ്പോൾ അതിലെ

കണ്ടക്ടർ ചാക്കോച്ചനായി, പിന്നെ മോട്ടോർ മെക്കാനിക് ചാക്കോച്ചനായി. ദോഷം പറയരുതല്ലോ, ഏതു പണിയെടുത്തപ്പോഴും ചാക്കോച്ചൻ എല്ലു മുറിയെ പണിയെടുത്തു. പണിയെടുത്തല്ലാതെ അഞ്ചു നയാ പൈസ ചാക്കോച്ചൻ ആരുടെ കൈയിൽ നിന്നും വാങ്ങിയിട്ടില്ല. മനുഷ്യനായാൽ അദ്ധ്വാനിക്കണ്ടായോ. അതുകൊണ്ട് മറ്റുള്ളോനും ഉപകാരപ്പെടണം. കിട്ടുന്ന കൂലികൊണ്ട് നമുക്കുമങ്ങ് ജീവിക്കണം. അത്ര തന്നെ. ഇതായിരുന്നു പുല്ലാന്നിക്കാരൻ ചാക്കോച്ചന്റെ തത്ത്വശാസ്ത്രം.

പക്ഷേ, ഈ കാലം എന്നുപറയുന്ന സാധനത്തെ നമുക്കു പിടിച്ചാൽ കിട്ടില്ലല്ലോ. എല്ലാത്തിനേം മാറ്റി അതങ്ങ് മുന്നോട്ടു പോകും. കാലം ചാക്കോച്ചനെ പൊക്കിയെടുത്തു കൊണ്ടുനിർത്തിയത് ടൗണിലെ പുതിയ ഫാക്ടറിക്കുള്ളിലാണ്. പക്ഷേ, അവിടെ, ചെയ്യുന്ന പണിവെച്ച് മെക്കാനിക് ചാക്കോച്ചനോ, ഫിറ്റർ ചാക്കോച്ചനോ ഒന്നുമായി പുള്ളിക്കാരന് മാറാനായില്ല. അവിടെ പുല്ലാന്നിക്കാരൻ ചാക്കോച്ചനുമില്ല. എന്തിന്, എന്നോ മറന്ന പി ചാക്കോ ജോസഫെന്ന സർട്ടിഫിക്കറ്റിലെ പേരു പോലും അവിടെ പാവം ചാക്കോച്ചനു കിട്ടിയില്ല. അവിടെ അയാൾ ലൈൻ വർക്കർ എം 319 എന്നൊരു സംഖ്യ മാത്രമായി. ആ ഫാക്ടറിയിൽ പല ഷിഫ്റ്റിലായി പണിയെടുക്കുന്ന പല പല സംഖ്യകളിൽ മറ്റൊരു സംഖ്യ. എന്നത്തേക്കാളും ചാക്കോച്ചനു മടുത്തു. കൂട്ടിലിട്ട വെരുകിനെപ്പോലെ പുറത്തുചാടാൻ മനസ്സങ്ങു വെമ്പിയെങ്കിലും എന്തുചെയ്യാം. പിള്ളേരുടെ പഠിത്തം, വീട്ടുചെലവ്, ക്ലാരയുടെ ദുർമ്മുഖം... അനുസരണയുള്ള ആട്ടിൻകുട്ടിയെപ്പോലെ ഫാക്ടറി സൈറനിൽ സ്വയം അടങ്ങാൻ പാവം ചാക്കോച്ചൻ – അല്ല, എം 319 ശ്രമിച്ചു. വെട്ടിയിട്ട തേങ്ങയും ടാപ്പു ചെയ്ത് ഷീറ്റടിച്ചെടുക്കുന്ന റബ്ബറും കറന്ന പാലും ടിക്കറ്റു കൊടുത്ത യാത്രയുമൊക്കെ അയാൾക്ക് പണ്ട് അറിയാനും കാണാനും അനുഭവിക്കാനുമൊക്കെ പറ്റിയിരുന്നു. പക്ഷേ, ആ ഫാക്ടറിയിൽ ഒരു മൂലയ്ക്കുനിന്ന് താൻ പണിഞ്ഞുണ്ടാക്കുന്നത് എന്താണെന്ന് കണ്ടറിയാൻ എം 319 ന് കഴിയുമായിരുന്നില്ല. ഓ എന്നാ പറയാനാ. അങ്ങനൊക്കെ നോക്കിയാൽ ജീവിക്കാൻ പറ്റുവോ? ങാ പിന്നങ്ങനങ്ങു പോട്ടെന്നേ, പോകുന്നിടം വരെ.

പക്ഷേ, പറയുമ്പോൾ ചാക്കോച്ചന്റെ മുഖത്ത് പഴയ ചിരി മാഞ്ഞിരുന്നു. അവിടെ പ്രായത്തിന്റെ വരയും വെള്ളയും അരിച്ചു കേറിത്തുടങ്ങിയിരുന്നു. എന്നാലും എത്ര ഉന്തിത്തള്ളിയിട്ടും വണ്ടി വിചാരിച്ചപോലെ അധികം മുന്നോട്ടു പോയില്ല. കുറേയൊക്കെ അള്ളിപ്പിടിച്ചു നിൽക്കാൻ ശ്രമിക്കുമ്പോഴും, യന്ത്രങ്ങൾക്കിടയിലെ ജീവനുള്ള മറ്റൊരു യന്ത്രമായി താൻ മാറിപ്പോയോ എന്നയാൾക്കു തോന്നിപ്പോയി. കൂലിയേക്കാൾ വിയർപ്പുമാത്രം കൂടുന്നുവെന്നു തോന്നിയ ഒരു നിമിഷത്തിൽ കുറച്ചു കൂടുതൽ കൂലി എം 319 ചോദിച്ചുപോയി. എന്നിട്ടെന്താ, കൂടുതൽ പണിയെടുത്താൽ കൂടുതൽ ഫലം തരാൻ മണ്ണും തെങ്ങുമൊന്നുമല്ലല്ലോ ഈ മുതലാളി. എന്നാപ്പിന്നെ ഇനി വേണ്ട എന്ന് ചാക്കോച്ചനും അങ്ങു

വെച്ചു. ചാക്കോച്ചനാരാ മോൻ! അങ്ങനെ എം 319 എന്ന തോലു പൊളിച്ച് പുല്ലാന്നിക്കാരൻ ചാക്കോച്ചൻ പുറത്തുചാടി.

കാലം കുന്നുമ്പുറത്തേയും രാകി രാകി മാറ്റിക്കൊണ്ടിരിക്കുകയായിരുന്നു. പുല്ലാന്നിക്കാരൻ ചാക്കോച്ചനു പറ്റുന്ന പണിയൊന്നും കുന്നുമ്പുറത്ത് അവശേഷിച്ചിരുന്നില്ല – ഒരെണ്ണമൊഴികെ. ആ പണി ചാക്കോച്ചനെ തേടിവന്നത് ഓർക്കാപ്പുറത്തായിരുന്നു. നമ്മുടെ പഴയ ശവക്കുഴിവെട്ടുകാരൻ തോമായുടെ മരണദിവസം. അന്നോളം കുന്നുമ്പുറത്തുകാർക്കു വേണ്ടി ശവക്കുഴി വെട്ടിയ തോമയ്ക്ക് കുഴിവെട്ടാൻ ഒരു പകരക്കാരൻ ഉണ്ടായിരുന്നില്ല. തോമയ്ക്ക് ആൺമക്കളുമില്ല. തോമയുടെ ശവമടക്ക് എങ്ങനെ നടത്തണമെന്ന് അച്ചനും നാട്ടുകാരും ചർച്ച ചെയ്തോണ്ടിരിക്കുമ്പോഴാണ് മൺവെട്ടിയും പിക്കാസുമായി സാക്ഷാൽ പുല്ലാന്നിക്കാരൻ ചാക്കോച്ചൻ പ്രത്യക്ഷപ്പെടുന്നത്. കുഴി ഞാൻ വെട്ടിക്കോളാമച്ചോ... ചാക്കോച്ചൻ ആ പണിയങ്ങ് ഏറ്റെടുത്തു. അച്ചനും നാട്ടുകാർക്കും ആശ്വാസവുമായി. അങ്ങനെ പുല്ലാന്നിക്കാരൻ ചാക്കോച്ചൻ കുഴിവെട്ടുകാരൻ ചാക്കോച്ചനായി.

പക്ഷേ, ചാക്കോച്ചന്റെ ഈ പുതിയ പണി ക്ലാരമ്മയ്ക്കു മാത്രമല്ല, മുതിർന്നുതുടങ്ങിയ പിള്ളേർക്കും ഇഷ്ടപ്പെട്ടില്ല. കപ്യാരാകാൻ അങ്ങേർക്കു വയ്യ. ഇപ്പോൾ ശവക്കുഴിവെട്ടാൻ പോകാം.. ക്ലാരമ്മ ഇടയ്ക്കിടെ പിറുപിറുത്തു. ചാക്കോച്ചനത് കാര്യമാക്കിയില്ല.

ഞാൻ അദ്ധ്വാനിച്ചു തന്നെയല്ലിയോ കൂലി വാങ്ങുന്നത്. അല്ലാതെ കട്ടും മോട്ടിച്ചുമൊന്നുമല്ലല്ലോ?

ചാക്കോച്ചൻ തലകുനിച്ചില്ല. കുഴിവെട്ടിയാണേലും വിയർത്തുകൊണ്ടുവരുന്ന പണത്തിന് വിലയുണ്ടായിരുന്നു. പക്ഷേ, ചാക്കോച്ചന് മിണ്ടാനും പറയാനും ആരുമില്ലാതായി. കൂടുതൽ സമയവും സെമിത്തേരിപ്പറമ്പിൽ താൻ തന്നെ കുഴിവെട്ടിയ കല്ലറകൾക്കടുത്തിരുന്ന് ഒറ്റയ്ക്കു സംസാരിക്കുന്ന ചാക്കോച്ചനെ ചിലർ കണ്ടു. വട്ടൻ ചാക്കോച്ചനെന്നും ചിലർ വിളിച്ചുതുടങ്ങി, രഹസ്യമായാണേ.

എന്തായാലും നാളുകളങ്ങനെ മുന്നോട്ടു പോയപ്പോൾ പറക്കമുറ്റിയ പിള്ളേർ ചിറകു വിരിച്ച് കടൽ കടന്നു. ക്ലാരമ്മയെ അവർ മാറിമാറി കൂടെക്കൂട്ടി. കുഴിവെട്ടുകാരൻ ചാക്കോച്ചൻ പക്ഷേ, മക്കളുടെ ചെലവിൽ ജീവിക്കാനൊന്നും പോയില്ല. ജന്മി മൂപ്പിലിന്റെ കൈയിൽ നിന്നും തീറു വാങ്ങിയ ചാക്കോച്ചന്റെ പറമ്പിന്റെ ഇടത്തും വലത്തും മക്കളു രണ്ടാളും സ്ഥലങ്ങൾ വാങ്ങി. അവിടെ ഒന്നിൽ പുല്ലാന്നിക്കൽ ബംഗ്ലാവും മറ്റേതിൽ പുല്ലാന്നിക്കൽ മാൻഷനും ഉയർന്നുവന്നു. ആ രണ്ടു കൊട്ടാരങ്ങളുടെയും ഇടയിൽ ചാക്കോച്ചന്റെ ഷീറ്റിട്ട പഴയ വീട് അവലക്ഷണം പിടിച്ചുനിന്നു.

അതിനിടയിൽ കുന്നുമ്പുറം പള്ളിയും പുതുക്കിപ്പണിഞ്ഞങ്ങു വലുതാക്കി. സെമിത്തേരിയിൽ ഇനി കുഴിയെടുക്കാൻ സ്ഥലമില്ല. അതുകൊണ്ട് ഇനി കുടുംബക്കല്ലറകൾ മതിയെന്ന് അച്ചനും പള്ളിക്കമ്മിറ്റിക്കാരും കൂടിയങ്ങ് തീരുമാനിച്ചു. ഇനി കുഴിവെട്ടേണ്ടതില്ല എന്ന തീരു

മാനം അച്ചൻ പറഞ്ഞത് ഒന്നും മിണ്ടാതെ ചാക്കോച്ചൻ കേട്ടുനിന്നു. കുഴിവെട്ടുകാരൻ ചാക്കോച്ചൻ അതോടെ വീണ്ടും വെറും പുല്ലാന്നിക്കാരൻ ചാക്കോച്ചനായി തലയും കുനിച്ച് പള്ളിയുടെ പടിക്കെട്ടിറങ്ങി. അപ്പോൾ ഒരുവശത്ത് പിള്ളേർ ഏർപ്പാടാക്കിയ കോൺട്രാക്ടർ, പുല്ലാന്നിക്കൽ കുടുംബം വക കല്ലറയുടെ പണി തുടങ്ങിക്കഴിഞ്ഞിരുന്നു.

പിന്നെ ചാക്കോച്ചനെ കുന്നുമ്പുറത്തുകാര് അധികം പുറത്തുകണ്ടിട്ടില്ല. അലിയാരു ഹാജിയുടെ മകന്റെ തടിമില്ലിൽ കണ്ടെന്നും മാർബിൾ കടയിൽ കണ്ടെന്നുമൊക്കെ ചിലർ പറഞ്ഞു. വീട്ടിൽനിന്ന് എന്നും തട്ടുമുട്ടു ശബ്ദം കേൾക്കാറുണ്ടെന്ന് പാലു കൊടുക്കാൻ അവിടെ പോകുന്ന രാധമ്മ പറയാറുണ്ട്. ഇങ്ങേർക്കീ വയസ്സാംകാലത്ത് എന്തിന്റെ കേടാ, പണി വല്ലതുമുണ്ടേൽ ആരേലും വിളിച്ചു ചെയ്യിക്കരുതോ, ഇങ്ങനെ അർക്കീസാകണോ? കേട്ടവർ പരസ്പരം അടക്കം പറഞ്ഞു. നേരിട്ടു ചോദിക്കാൻ പക്ഷേ, പഴയപോലെ ആളെ ഒന്നു കണ്ടുകിട്ടണ്ടേ? രാധമ്മ പാലു കൊണ്ടുചെല്ലുമ്പോഴും അടഞ്ഞ വാതിലിന്റെ പുറത്ത് പാൽക്കുപ്പി വെച്ചിട്ടു പോരാനേ പറ്റാറുള്ളൂ, ചാക്കോച്ചനെ കാണാറില്ല. പക്ഷേ, എന്നും അകത്തുനിന്നു തട്ടുംമുട്ടും കേൾക്കാം. ഇനി കാർന്നോർക്ക് ശരിക്കും വട്ടായോ ആവോ!

കുന്നുമ്പുറത്തുകാര് അന്ന് പള്ളിയിലെ പെരുന്നാളിന്റെ തിരക്കിലായിരുന്നു. പെരുന്നാളിനും ചാക്കോച്ചനെ ആരും കണ്ടില്ല. അല്ലേൽ ഒരിടത്തിരിക്കാതെ ഓരോ പണിയുമെടുത്ത് ഓടിനടക്കുന്നതാ. എന്നാൽ അതൊക്കെ ഓർക്കാനും അന്വേഷിക്കാനും ആരും മെനക്കെട്ടില്ല. മക്കളും ക്ലാരമ്മയുമൊക്കെ കടലുകടന്ന് എത്താഞ്ഞതുകൊണ്ട് പുല്ലാന്നിക്കലെ കൊട്ടാരങ്ങൾ ഇരുട്ടുപുതച്ചുകിടന്നു. ചാക്കോച്ചന്റെ ചെറിയ വീട്ടിൽ ഒരു മങ്ങിയ വിളക്ക് മുനിഞ്ഞു കത്തുന്നത് കണ്ടവരുണ്ട്. പെരുന്നാളിന്റെ നിലാവുള്ള രാത്രി അങ്ങു പുലർന്നു. രാവിലെ പാലുകൊണ്ടുച്ചെന്ന രാധമ്മ ഇത്തവണ തുറന്നിട്ട വാതിലാണ് കണ്ടത്. ഒച്ചയും അനക്കവുമൊന്നും കേൾക്കുന്നുണ്ടായില്ല. സംശയിച്ച് സംശയിച്ച് അവൾ ചാക്കോച്ചായാ എന്നും വിളിച്ച് അകത്തേക്കു കയറി. വീടൊക്കെ തൂത്തു തുടച്ച് അടുക്കിപ്പെറുക്കി വൃത്തിയാക്കി വെച്ചിരിക്കുന്നു. പക്ഷേ, ചാക്കോച്ചനെ മാത്രം അവിടെയെങ്ങും കണ്ടില്ല. വീടു മൊത്തം അവൾ നോക്കി. ഇല്ല ചാക്കോച്ചനില്ല. പുറത്തിറങ്ങിയപ്പോഴാണ് മുറ്റത്തിന്റെ വശത്ത് ഒരു കുഴിയെടുത്തിരിക്കുന്നത് അവൾ ശ്രദ്ധിച്ചത്. അതിന്റെ മൺകൂനയിൽ പറന്നുപോകാതിരിക്കാൻ ഒരു കല്ലും വെച്ച് ഒരു കടലാസിരിക്കുന്നു. അതിൽ ആകെ ഒരു വരി:

ആരേലും ഈ മണ്ണൊക്കെ തട്ടിയിട്ട് ഈ കുഴി മൂടിത്തന്നാൽ ഉപകാരം.

കുഴിയിലേക്കു നോക്കിയ രാധമ്മ കണ്ടത്, അറത്തെടുത്ത ആഞ്ഞിലിപ്പലകകൾ കൊണ്ട് ഉണ്ടാക്കിയ ഒരു പെട്ടിയിൽ അലക്കിത്തേച്ച മുണ്ടും കുപ്പായവുമണിഞ്ഞ് ശാന്തമായി ഉറങ്ങുന്ന പുല്ലാന്നിക്കാരൻ

ചാക്കോച്ചനെയാണ്. അതൊരു വെറും ഉറക്കമെല്ലെന്നു മനസ്സിലാക്കി ഇറങ്ങി ഓടിയ രാധമ്മയുടെ ഉറക്കെയുള്ള നിലവിളിയാണ് കുന്നുമ്പുറത്തുകാരു കേട്ടത്. അതു കേട്ടവർ പിന്നെ, ആദ്യമായും അവസാനമായും തനിക്കായി മാത്രം ചാക്കോച്ചനെടുത്ത പണി കാണുന്നതിന് ഒറ്റയ്ക്കും തെറ്റയ്ക്കും വന്നു തുടങ്ങി. രാധമ്മയുടെ കൈയിൽനിന്നും വഴുതി മൺകൂനയ്ക്കു മേൽ വീണ പാൽക്കുപ്പിയിൽ നിന്നും കുഞ്ഞരുവി പോലെ പാൽ പുറത്തേക്കൊഴുകുന്നുണ്ടായിരുന്നു. അതൊഴുകിവന്നു നിന്നിടത്ത് കുത്തിച്ചാരി വെച്ചിരുന്ന ഒരു മാർബിൾപലകയിൽ കൊത്തിവെച്ച അക്ഷരങ്ങൾ കുന്നുമ്പുറത്തുകാർ വായിച്ചു.

പുല്ലാന്നിക്കാരൻ ചാക്കോ,
ഒരു വെറും തൊഴിലാളി
ഇനി ഈ മണ്ണിനടിയിൽ വിശ്രമിക്കുന്നു

എന്നാലും നമ്മുടെ പുല്ലാന്നിക്കാരൻ ചാക്കോച്ചൻ അങ്ങു മരിച്ചുകളഞ്ഞല്ലോ!

ഈ വീടുകൾ കത്തിക്കുക!

ധനലക്ഷ്മി ഡി

തുറക്കാൻ കഴിയാത്ത രണ്ട് ജനലുകൾ... അതായിരുന്നു ആ മുറിയുടെ പ്രത്യേകത... മുളയുടെ രണ്ടു മുട്ടികൾ വെച്ച് ജനലിനെ പിന്നാമ്പുറത്തുനിന്നും ഉറപ്പിച്ചു നിർത്തിയിട്ടുണ്ട്.... ഇരുട്ട് മുറികൾ മാത്രമുള്ള ഒരു വീട്... അതിൽ യൗവനം കടന്നുപോവുകയും വാർദ്ധക്യം അതിന്റെ അർത്ഥസ്ഥായിയിലേക്ക് നീങ്ങിക്കൊണ്ടിരിക്കുകയും ചെയ്തിരിക്കുന്നു. ഏകയായി തീർന്ന അവർ വാതിലുകൾ എന്നും തുറന്നിട്ടിരുന്നു. പക്ഷേ, ജനലുകൾ അത് അന്നും ഇന്നും അടഞ്ഞുതന്നെ കിടന്നു.

ഏകാന്തത മാത്രമാണ് ആ മുറികൾക്കുള്ളിൽ വെളിച്ചം എത്തിച്ചിരുന്നത്.

വെളിച്ചമെന്നു പറഞ്ഞാൽ നേരിയ ഒരു വെട്ടം. ആ വെട്ടത്തിൽ ഒന്നും തന്നെ വ്യക്തമല്ല...... ചിലപ്പോൾ ആ വെളിച്ചെമൊന്ന് ജ്വലിക്കും... മഴപ്പാറ്റകൾ ചത്തുവീഴുന്ന ആ നിമിഷങ്ങൾ മാത്രമാണ് അവിടെ പുതുമ ഉണ്ടാക്കുന്നത്.

വേനൽക്കാലത്ത് സൂര്യകിരണങ്ങൾ പല വഴിക്കും ആ വീടിനുള്ളിലേക്ക് കയറാൻ ശ്രമിക്കും... ഒരുപക്ഷേ, ഈ ലോകംതന്നെ നിലനിർത്തുന്ന കിരണങ്ങൾ എവിടെയെങ്കിലും തോറ്റുപോയിട്ടുണ്ട് എങ്കിൽ അത് ആ വീടിനുള്ളിൽ മാത്രമാണ്.........! അതെ നിസ്സാരനായി മടങ്ങുന്നു പ്രകാശത്തിന്റെ അധിപൻ!

പക്ഷേ, മഴത്തുള്ളികളിൽ ഒന്നുപോലും പുറത്ത് പോകാതെ ആ വീട് വർഷകാലങ്ങളെ വരവേറ്റു. ഇടിയും മിന്നലും സുതാര്യമായി ആ ചുവരുകളിൽ വന്നുപോയി.... ഇടക്കെങ്കിലും ആ വീടിനുള്ളിൽ പ്രതിഫലിച്ച ശബ്ദം! അല്ല ഒരു വലിയ ശബ്ദം....!

അവിടെ നേരിയ ഒരു ശബ്ദം സദാ പരതി നടക്കാറുണ്ട്... നമ്മൾ

അതിനെ പ്രണവായു എന്നൊക്കെ സംബോധന ചെയ്യും... പക്ഷേ, ആഗ്രഹങ്ങളും സ്വപ്നങ്ങളും ജീവിതത്തോട് ആർത്തിയുള്ളവനും മാത്രം അറിയാൻ കഴിയുന്നതാണ് ആ പ്രണവായുവിന്റെ വില... അല്ലാത്തവന് അത് വിഷ വാതകമാണ്... വീണ്ടും വീണ്ടും ശ്വാസകോശ പാളികളിൽ കോലാഹലങ്ങളുണ്ടാക്കി ഏകാന്തതയ്ക്ക് ഭംഗം വരുത്തുന്ന വെറും വിഷം!

നിങ്ങൾ ഞാൻ പറഞ്ഞ വീട് ഏതെന്നു തിരിച്ചറിഞ്ഞുകഴിഞ്ഞിട്ടുണ്ടാവും.... ഇല്ല അതിനു വഴിയില്ല... എന്റെ മനസാകുന്ന ആ വീടിപ്പോൾ എന്റെ സ്വകാര്യ സമ്പത്താണ്... അതിൽ നിങ്ങൾക്കെന്തുകാര്യം.... പക്ഷേ, ഒന്ന് തിരഞ്ഞാൽ നിങ്ങളും കണ്ടെത്തും അതുപോലൊരു വീട്.... എനിക്കൊരു മെച്ചമുണ്ട്, ഞാൻ ആ വീട് കണ്ടെത്തി ഇപ്പോൾ അത് നശിപ്പിക്കാൻ ശ്രമിച്ചുകൊണ്ടിരിക്കുന്നു.... നിങ്ങളോ?

'അലക്സ്' 'റാം' 'മുഹമ്മദ്'

കുറ്റിയാണിക്കാട് ദിലീപ്

"നൂറ്റിപ്പതിനാല് സൂറയും എഴുന്നൂറ് ഗീതാ ശ്ലോകങ്ങളും നിരവധി സുവിശേഷങ്ങളും നിങ്ങളൊക്കെക്കൂടി ഇക്കണ്ട മാനുഷൻമാരെയെല്ലാം കാണാപാഠം പഠിപ്പിച്ചിട്ടെന്താ കാര്യം ഈ ബുദ്ദൂസുകൾക്ക് മനുഷരെ തിരിച്ചറിയാനായില്ലങ്കിൽ?"

അലക്സ് റാം മുഹമ്മദിന്റെ അച്ഛൻ മഞ്ചാടി വാദ്ധ്യാര് ഒരു ചോദ്യ ചിഹ്നത്തോടെയാണ് തന്റെ ആ സമയത്തെ തന്റെ ചെറു പ്രസംഗം നിർത്തിയത്. പ്രസംഗം കേൾക്കാൻ നിന്ന കൂട്ടം ചെറു മുറുമുറുപ്പുകളോടെ പതിയെ ആ കവലയിൽ നിന്നും പിൻവാങ്ങുകയും അപ്പോത്തന്നെ വേറൊരു കൂട്ടം ആ കവലയിലെ ആൽമരച്ചോട്ടിലേക്ക് പതിയെ എത്തുകയും അതൊരു കൂട്ടമായ് മാറുകയും ചെയ്യുന്നുണ്ടായിരുന്നു അത്യാവശ്യം ആൾക്കൂട്ടമായി എന്ന് കണ്ടപ്പോൾ വീണ്ടും മഞ്ചാടി വാദ്ധ്യാര് പ്രസംഗ പീഠം കണക്കേ കിടക്കുന്ന ആൽമരത്തിന്റെ ഉയരമുള്ള വേരിലേക്ക് ആയാസപ്പെട്ട് കയറി.

അവിടെ തന്നെ കേൾക്കാനെത്തിയ ആ ആൾക്കൂട്ടത്തെയാകെയൊന്ന് നോക്കി പുഞ്ചിരിച്ചു.

ഈ സമയം അസ്തമയ സൂര്യന്റെ കിരണങ്ങൾ മഞ്ചാടി വാദ്യാരുടെ വെളുത്ത തലമുടിയിലും താടിയിലും സ്വർണ്ണ നിറം പൂശുന്നുണ്ടായിരുന്നു അത് മഞ്ചാടി വാദ്ധ്യാരുടെ മുഖത്തിന് ചുറ്റും ഒരു പ്രഭാവലയം തീർത്തിരുന്നു. അതിന്റെ ഒരു പ്രസരിപ്പുംകൂടി കണ്ടിട്ടാവണം ആൾക്കൂട്ടത്തിനാകെയൊരു ഇളക്കം.

മഞ്ചാടി വാദ്ധ്യാര് പതിയെ മുന്നോട്ടൊന്നാഞ്ഞ് വലത് കൈകൊണ്ട് ഞാന്ന് കിടന്നൊരു ആൽമരവള്ളിയിൽ ഒരു പിടിത്തവും പിടിച്ച് ഒരു ചെറു ചിരിയോടെ തന്റെ അന്നത്തെ സായന്തന പ്രസംഗം പതിയെ തുടങ്ങി വച്ചു.

"പ്രിയപ്പെട്ടവരെ നാട്ടുകാരെ

നാം അധിവസിക്കുന്ന നാടിന്റെ പേര് ഭാരതമെന്നാണെന്ന് ഞാൻ പറയാതെതന്നെ നിങ്ങൾക്കറിവുള്ളതാണല്ലോ വിവിധ ഭാഷയും ജാതികളും മതങ്ങളും നിറഞ്ഞ വൈവിദ്ധ്യപൂർണ്ണമായ നാട്, നാനാത്വത്തിൽ ഏകത്വം കാണുന്ന നാട്, ആ നാട്ടിൽ ജീവിക്കണ എനിക്കൊരു മോനുണ്ടായപ്പോ അവന് ഞാനൊരു പേര് നൽകി നിങ്ങൾക്കറിയാം അവന്റെ പേര്."

ഇത്രയും പറഞ്ഞ് മഞ്ചാടി വാദ്ധ്യാര് ജനങ്ങളുടെ മുഖത്തേക്ക് നോക്കി. അപ്പോൾ അവരേവരും ഒരേ സ്വരത്തിൽ പറയുന്നുണ്ടായിരുന്നു.

"അലക്സ് റാം മുഹമ്മദ്"

"അതെ അതു തന്നെയാണ് പേര് 'അലക്സ് റാം മുഹമ്മദ്' നമ്മളോ നമ്മുടെ അപ്പനപ്പൂപ്പൻമാരോ കണ്ടിട്ടില്ലാത്ത സ്വർഗ്ഗരാജ്യത്തേക്ക് ക്ഷണിക്കാനായി വേഷഭൂഷാദികളോടെ കടന്നുവരുന്ന പുരോഹിതവർഗ്ഗം / അന്യമതസ്ഥന് സ്വർഗ്ഗരാജ്യം നിഷേധിക്കുന്ന പുരോഹിതവർഗ്ഗം / എന്റെ മകനെ അവനിട്ട പേരിന്റെ പേരിൽ മാറ്റി നിറുത്താൻ പാടില്ലന്നൊരു നിർബ്ബന്ധബുദ്ധി എനിക്കുണ്ടായിരുന്നു."

ഒരു നിമിഷം നിർത്തി തന്റെ കുറുകിയ എന്നാൽ തീക്ഷ്ണതയുള്ള കണ്ണുകളാൽ മഞ്ചാടി വാദ്ധ്യാർ ജനങ്ങളെയാകെ ഒന്ന് നോക്കി തോളിൽ മടക്കിയിട്ടിരുന്ന തോർത്തെടുത്ത് മുഖത്തെ വിയർപ്പ് തുടച്ച് വീണ്ടും തുടർന്നു.

"ഭാരതത്തിൽ മതം ദേശീയതയും ദേശീയത മതവുമായി മാറുന്ന ഈ കാലത്ത് ഭരണ കർത്താവിന്റെ വിഡ്ഢിത്തം ചൂണ്ടിക്കാണിച്ചാൽ അതും ദേശവിരുദ്ധമാകുന്ന ഈ സമയത്ത് ഇപ്പോ നമ്മുടെ നാട്ടിൽ വളർന്നുവരുന്ന ഇത്തരം നീതിശാസ്ത്രത്തിന്റെ പേര് കൂടിയാണ് കുട്ടരെ താലിബാനിസം."

ഒന്ന് നിറുത്തി ചെറിയൊരു ചുമചുമച്ച് മഞ്ചാടി വാദ്ധ്യാര് വീണ്ടും തുടർന്നു

"അറിവ് തേടുന്നവർ എന്നാണത്രേ താലിബാന്റെ അർത്ഥം.

പക്ഷേ, അവരൊക്കെ എന്തറിവാണ് തേടുന്നത്. മനുഷ്യരെ ഭിന്നിപ്പിക്കുന്നതോ, മനുഷ്യബോംബായി വന്ന് പൊട്ടിച്ചിതറി ആയിരങ്ങളെ കൊന്നൊടുക്കുന്നതോ. ഹേ മനുഷ്യകുലത്തിലെ മേന്മയേറിയവരേ നിങ്ങൾ പറയുക ഏക രൂപമില്ലാത്ത ദൈവരാജ്യത്തിനായി നിങ്ങളാകെ ഏതേലും മതത്തിന്റെ വക്താക്കളായി താലിബാനിസ്റ്റാകേണ്ടതുണ്ടോ tell me."

അവസാന വാചകം പറഞ്ഞ് നിറുത്തുമ്പോൾ മഞ്ചാടി വാദ്ധ്യാർ വിറയ്ക്കുന്നുണ്ടായിരുന്നു. ഈ സമയം മഞ്ചാടി വാദ്ധ്യാര് നിന്നിരുന്ന ആൽമര വേരിലേക്ക് ഒരു ചെറുപ്പക്കാരൻ ചാടിക്കയറി മഞ്ചാടി വാദ്ധ്യാരെ തന്റെ ശരീരത്തോട് ചേർത്തുപിടിച്ച് ആ എല്ലിച്ച ശരീരത്തിലെ ഞരമ്പ് പിടച്ച് നിന്നിരുന്ന ആ വിയർപ്പിറ്റിയ കഴുത്തിലേക്ക് കൈയിലിരുന്ന

ചെറിയൊരു സർജിക്കൽ ബ്ലെയ്ഡുകൊണ്ട് ചെറിയൊരു വര തീർത്തുകൊണ്ടിട്ടയാൾ മുരണ്ടു

"ഈശോ.. ഹേറാം.. തക്ബീർ.."

ഇതുകണ്ട്

ജനങ്ങൾ നിശബ്ദരായി ഭയന്ന കണ്ണുകളുമായി ഓടിയകന്നു. അലക്സ് റാം മുഹമ്മദിന്റെ തന്ത മഞ്ചാടി വാദ്ധ്യാരുടെ ശവശരീരം ഈ സമയം ചലനമുണ്ടാക്കാതെ ആ ആൽമരച്ചോട്ടിലെ വേരുകളുടെ ഇടയിൽ ഒളിച്ചു.

അപ്പോൾ അവിടെ സ്വർഗ്ഗരാജ്യത്തേക്കെത്താനുള്ള വഴികളുടെ രേഖകൾ വില്പ്പനയ്ക്കുവച്ചവർ വേഷഭൂഷാദികളോടെ അവരവരുടെ ദൈവരാജ്യത്തെക്കുറിച്ച് ഉറക്കെയുക്കെ വിളിച്ചുപറഞ്ഞ് ഒരു മതലയ വലയം തീർക്കുന്നുണ്ടായിരുന്നു.

പൂച്ചക്കണ്ണ്

ഹാഷിം വേങ്ങര

മഞ്ഞുഴനേരം വളപ്പിലെ മരങ്ങളിലായി കിളികൾ ചേക്കയിരിക്കുമ്പോൾ അഷ്ടിതേടി ചില്ലവിടുമ്പോഴുള്ള കരച്ചിലേയല്ല കേൾക്കാനാവുക. നിർവൃതിയുടെ പതുങ്ങിയ സ്വരങ്ങളാണ്. പ്രകാശത്തിന്റെ അവസാനത്തെ അണുനാളവും ഇരുട്ടിൽ മറയുംവരെ ആ ചിലച്ചിലുകൾ ഇമ്പമോടെ കേൾക്കാം. ഒരു സ്ഥിരവൃത്തി എന്നോണം ചൂരൽ കസേരയിലെ ഇരിപ്പിൽ കിടന്ന് ചെകിടോർത്തു.

നിത്യം അവസാനത്തെ കിളിക്കൂറ്റും നിലയ്ക്കുന്നതുവരെ ഉമ്മറത്തങ്ങനെ ഇരിക്കും. കേട്ടുകേട്ടു സ്വരത്തിന് ഒരു പതം വന്നിട്ടുണ്ടെന്ന് തോന്നാറുണ്ട്. ഒരു പാട്ടുകാരൻ അല്ലെങ്കിൽക്കൂടി സ്വരഭംഗിയിൽ ആകൃഷ്ടനാകുന്നതിൽ തെറ്റില്ലല്ലോ.

ചെലപട്ടയുടെ ചില കേൾക്കുന്നതിനിടെ അസ്വാരസ്യമായി അമ്മ അടുക്കളയിൽ നിന്ന് ഉച്ചത്തിൽ ആരോടോ ദേഷ്യപ്പെടുന്നു.

“എടാ നിനക്ക് ഞാൻ മീൻ തന്നതല്ലേ ... അത് തിന്നാതെ ഇട്ടോണ്ട് പിന്നെ എന്തിനാ ഈ മോങ്ങുന്നേ... പൊരിച്ചത് വേണായിരിക്കും ... വേണെ അത് പോയി തിന്ന്...”

ആരോടാണ് അമ്മ പുക്കാറിടുന്നത് എന്നറിയാൻ അടുക്കളയിലേക്ക് പോയി നോക്കാമെന്നു കരുതി, ആർച്ചിൽ നിന്ന് നീളത്തിൽ ഇറങ്ങിയ നടുമുറിവിരി കൈകൊണ്ട് മാറ്റി അടുക്കളയിലേക്ക് കടന്നു. പുറകുവശത്തെ അടുക്കളത്തിണ്ടിൽ ഇരുന്ന് പച്ചക്കറി അരിയുന്ന അമ്മയെയല്ലാതെ മറ്റൊരാളെയും കാണാനായില്ല. അമ്മയോടുതന്നെ തിരക്കാമെന്ന് നിനച്ച് ഇരുമ്പുവാതിൽ തുറന്ന് പുറത്തെ വാതിൽപ്പടി ചവിട്ടിയതും ശല്യക്കാരനായ വരയൻ പൂച്ച ചാടിത്തുള്ളി,

കരച്ചിൽ കണ്ഠം കുടുങ്ങിയ ഇടർച്ചയുംകൊണ്ട് പുറത്തേക്കോടി.

നീറ്റൽ തോന്നിയതിനാൽ കാലു പരതിയപ്പോൾ ചെറുവിരലിന് അറ്റത്തായി ഒരു കോറൽ. "നശിച്ച പൂച്ച മാന്തി..." എന്റെ വേവലാതി കേട്ട് അമ്മ പറഞ്ഞു "സാരമില്ല പൂച്ചയല്ലേ......" ഒന്നു ചിരിച്ചശേഷം അമ്മ വീണ്ടും കുറുകുറേ അരിയാൻ തുടങ്ങി. കിണറിൽ നിന്നും കയ്യാൽ കപ്പിയുരുട്ടി കടയിൽകോരിയ തെളിനീര് മൺകലത്തിൽനിന്നും മൊത്തി കുടിച്ച് വീണ്ടും വ്രാന്തയിലേക്കു തന്നെ നടന്നു.

മാവ് പൂത്തിരിക്കുന്നു. കുഞ്ഞുകുഞ്ഞു ക്രിസ്മസ് ട്രീകളെപ്പോലെ ഇലത്തുമ്പുകളിൽ മാമ്പൂക്കൾ വിരിഞ്ഞിരിക്കുന്നത് വിസ്മാപകമായ കാഴ്ചയാണ്. അതിനടുത്തുള്ള പ്ലാവിനു മുകളിൽനിന്ന് ഒരു കാക്ക കാറുന്നുണ്ട്. കുഞ്ഞിന് ഊട്ടുന്നതുകൊണ്ടാവാം ഇടയ്ക്കിടെ കാറിച്ച അമുങ്ങുന്നത്.

നിത്യനീല നഭസിൽ കറുപ്പുകലർന്നു. കൊണ്ടുപിടിച്ച രാത്രിയിൽ പാതി ജീവനുകൾ ശാന്തമായി. നിശാധിപന്മാർ പമ്മിപ്പമ്മി ലോകം പിടിച്ചടക്കി. അവറ്റകൾക്ക് പകൽ ഇരുട്ടും, ഇരുട്ടു പകലുമാണല്ലോ. ആ കണ്ണുകളിൽ ഇരുട്ടും പ്രകാശമാണ്. നല്ല കറുപ്പ് പ്രകാശം. വീടുകളിൽ അന്തിത്തിരി തെളിഞ്ഞതും ഉമ്മറം വിട്ട് കട്ടിലിൽ ഒരു നോവലുമായി കുന്തിച്ചിരുന്നു. ആതിയിലെ ദിനകരനും പൊന്മണിയും ജലവേട്ടക്കാരോടു പൊരുതുന്നതിനിടെ അത്താഴപ്പട്ടിണിയിലായി കണ്ണുകൾ അടഞ്ഞു.

സ്വപ്നങ്ങളുടെ മഹാ കയങ്ങളിലേക്ക് പുഴയാഴങ്ങളിലേക്ക് ആതിയിലെ ചതുപ്പുകളിലേക്ക് ഇരുട്ടിന്റെ കറുകറുത്ത കൈകൾ തള്ളിയിട്ടു. ജനൽത്തുളയിലൂടെ ചുളുചുളാ വീശുന്ന കാറ്റിനോടൊപ്പം കടന്നുവന്ന അണ്ണാറക്കണ്ണന്റെ കുത്തുന്ന കരച്ചിലാണ് ഉണർത്തിയത്. ജനൽപ്പടിയിലെ മഴത്തുള്ളികളുടെ വഴിപിഴച്ച നനവിൽ കൈ കുതിർന്ന് എഴുന്നേറ്റു. പുതപ്പിനൊരറ്റം നാനാതീനമായിരിക്കുന്നു. രാത്രി മഴ ഒന്നെത്തിനോക്കിയിട്ടുണ്ട്.

എന്തോ കണ്ടു പേടിച്ചപോലെ അണ്ണാൻ തുരുതുരെ ചിലച്ചുകൊണ്ടിരിക്കുകയാണ്. ഇടയ്ക്ക് അണയ്ക്കുന്നതുകൊണ്ട് മാത്രം ശാന്തത. സൂക്ഷിച്ചു നോക്കിയപ്പോഴാണ് പാഷൻഫ്രൂട്ടിന്റെ വള്ളിപ്പടർപ്പുകൾക്കിടയിൽ വരയൻപൂച്ച തലതാഴ്ത്തി ഇരിക്കുന്നത് കാൺകായത്. അവനെ കണ്ടിട്ടാണ് അണ്ണാൻ ഇങ്ങനെ കരയുന്നത്. ടൂത്ത് പേസ്റ്റ് ഞെക്കിപ്പിഴിഞ്ഞ് പ്ലാസ്റ്റിക് നാരുകളിൽ ഒരു ന്യൂനചിഹ്നം വരച്ചതിനു ശേഷം ബ്രഷുമായി ഉമ്മറത്തെ പൈപ്പു തുറന്നു. ഹാഗാറിന്റെ കുഞ്ഞിന്റെ ദാഹധർമ്മം പൂർത്തീകരിച്ചെന്നോണം ആദിജലം ധാരമുറിയാതെ ഭൂമിയിലേക്കുതന്നെ തിരിച്ചൊഴുകി. ഒരുവാരു ജലകണങ്ങൾ വായ ചുറ്റിവടിച്ചു നിലംപൊത്തി. പ്രഭാത ശുദ്ധിയിലേക്കായി ഒരുങ്ങിയിറങ്ങി.

"അയ്യോ ഇന്നലെവരെ ഒന്നൂല്യാർന്ന്... എന്തുപറ്റി ആവോ..." അമ്മ വ്യസനസമേതം അടുക്കളയിലിരുന്ന് ആരോടെന്നില്ലാതെ പറയുന്നത് കേട്ടാണ് ചോദിച്ചത് "എന്തുപറ്റി...?"

"എടാ ആ വരയൻ പൂച്ചയ്ക്ക് എന്തോ സുഖക്കേടുണ്ട്... ദേ... ആ... പാഷൻഫ്രൂട്ടിന്റെ ചോട്ടിൽ ചാവാൻ കിടക്കുണു..."

വെണ്മയോലുന്ന പാഷൻ പൂക്കൾക്കു ചുവടെ വരയൻ പൂച്ച ശ്വാസ കണികകളോട് ആർത്തിപിടിച്ച് കിടക്കുന്നു. ഒട്ടിയ വയർ ജീവന്റെ തുടിപ്പാൽ ഉയർതാഴ്ചയിലാണ്. പാതിയടഞ്ഞ കണ്ണുകളിലേക്ക് താണു നോക്കി. പ്രതീക്ഷയറ്റ് അവൻ യാത്ര ചോദിക്കുന്നു... പൂച്ചകൾ കണ്ണു കൊണ്ടാണ് മനുഷ്യരോടു സംസാരിക്കാറുള്ളത്. ക്രുദ്ധതയും സ്നേഹവും ഉപായവുമെല്ലാം അവറ്റകളുടെ കണ്ണിലൂടെ തെളിഞ്ഞുവരുന്നതിനാൽ സാന്ദർഭികമായി പൂച്ചമനസ്സ് വായിച്ചെടുക്കാൻ സാധിക്കും.

പൂച്ചക്കണ്ണുകൾ തിളക്കത്തേക്കാൾ വാചാലതയിൽ ഒരുപടി മുന്നിലുമാണ്.

വേദനിക്കുകയാൽ അവൻ പുളയുന്നു. നേരിയ അരം തൊണ്ടയിലൂടെ പുറത്തു ചാടുന്നുണ്ട്. തൽക്ഷണം ഹൃദയത്തിലൂടെ ഒരു കാളിച്ച പടർന്നുകയറി. പൂച്ചയ്ക്ക് വല്ല പേ എങ്ങാനും..! എന്നെ അത് മാന്തിയതല്ലേ ... എന്റെ ദൈവമേ..!

ഏതു വിരലിലാണ് മാന്തിയത് എന്ന ശങ്കയിൽ രണ്ടു കാലുകളും സസൂക്ഷ്മം നിരീക്ഷിച്ചു. വലതുകാലിലെ ചെറുവിരലിൽ കോറിയ പാടിനു ചുറ്റും വടുകെട്ടിയതുകണ്ട് അടുക്കളയിലേക്ക് പാഞ്ഞു. "പൂച്ചയ്ക്ക് പേയുണ്ടോ ... അതെന്നെ മാന്തിയില്ലേ... ഇന്നതാ ചാവാൻ കെടക്കണൂ...!"

അമ്മയുടെ മുഖത്തെ ഓർവ്വിന്റെ ചുളിപ്പാടുകളും, ചുവന്ന നിറവും ഭയം ഇരട്ടിപ്പിച്ചു.

"അതൊന്നും അല്ല...പേ വന്ന പൂച്ചോൾ ഇങ്ങനെയല്ലാ...നാക്കും ചാടി ഓടിക്കൊണ്ടിരിക്കും...കുറച്ചുവെള്ളം കൊടുത്താൽ തിരിയും..." അമ്മ അടുപ്പിൻകൂട്ടിൽനിന്നും ഒരു ചിരട്ടയെടുത്ത്, അതിൽ വെള്ളം നിറച്ച ശേഷം മുന്നിലായി നടന്നു. മൃതപ്രായനായ വരയൻപൂച്ചയുടെ വാതൊടെ ചിരട്ട വച്ചു. അവൻ നാവിട്ടു വെള്ളം കക്കി. അല്പസമയത്തിനകം വീണ്ടും പൂർവ്വവൽ കിടപ്പിലായി നന്ദിയോടെ അമ്മയെ നോക്കാൻ തുടങ്ങി.

"പേയല്ല... മറ്റെന്തോ സൂക്കേടാ... പാവം.."

അമ്മയുടെ തീർപ്പു ശ്രവിച്ചമാത്രയിൽ ഒരു സമാധാനം കൈവന്നു.

പാഷൻ ചെടിയിലെ പൂക്കൾ സമാധാനത്തിന്റെ ആഭ പ്രസരിപ്പിച്ചുകൊണ്ട് കാറ്റത്താടി.

വരയൻപൂച്ച നോക്കാൻ തുടങ്ങി. കണ്ണുകൾ തമ്മിലിടഞ്ഞു. അവ വാചാലമായി.

"നിങ്ങൾ മനുഷ്യരൊക്കെ ഇങ്ങനെയാണോ..?"

"എങ്ങനെ..?" ശങ്കാനോട്ടത്തിനുത്തരമായി അവൻ തുടർന്നു. "സ്വാർത്ഥന്മാർ...തനിക്ക് എന്തേലും പറ്റുമോ എന്നുമാത്രം ചിന്തിക്കുന്നവർ..." അവന്റെ വാചാലതയിൽ പ്രതികരിക്കണം എന്നുതോന്നി. "എന്തു

സ്വാർത്ഥത... പേ വരുമോ എന്ന് എല്ലാവർക്കും പേടിയുണ്ടാവില്ലേ... അപ്പോൾ

മറ്റെന്തു ചിന്തിക്കാനാണ്..."

ഉത്തരം കാരണം അവന്റെ ഇമവെട്ടി, കണ്ണു ചെമന്നു. "പേടിക്കേണ്ട... എനിക്ക് പേയൊന്നും ഇല്ല..." അവന്റെ അകം വിങ്ങുന്നതായി തോന്നി. "പിന്നെ നിനക്ക് എന്തുപറ്റി..?" പറയാനുള്ള നീരസത്താൽ അവൻ എന്റെ കണ്ണിൽ നിന്നും കണ്ണെടുത്ത് മറ്റൊരു ദിശയിലേക്ക് നോക്കാൻ തുടങ്ങി. അവന്റെ കൺദിശയെ വിടാതെ പിന്തുടർന്നു. അസ്സഹനീയമായ തേട്ടം കാരണം അവൻ വീണ്ടും എന്നിലേക്ക് തന്നെ കൺപാർത്തു. "ഇന്നലെ പടിയിറങ്ങുമ്പോൾ നിങ്ങൾ എന്റെ വയറ്റത്താണ് ചവിട്ടിയത്. ആ ധൃതിയിൽ ശക്തമായിട്ടുതന്നെ. ശരിക്കും ഞാൻ മാന്തിയതല്ല... വേദനകൊണ്ട് ചാടിയപ്പോൾ തട്ടിയതാ. ചവിട്ടു നല്ലപോലെ കൊണ്ടതിനാൽ ഭക്ഷണം കഴിക്കാൻ ആവുന്നില്ല. മൂത്രം പോകുന്നില്ല. രാത്രി മുതൽ നല്ല ശ്വാസതടസ്സവും. ഞാൻ മരി..." മുഴുമിപ്പിക്കാൻ കഴിയാതെ അവന്റെ കണ്ണുകൾ കറങ്ങാൻ തുടങ്ങി. കൈകാലുകൾ വലിഞ്ഞുമുറുകി, ശ്വാസോച്ഛ്വാസം കുറഞ്ഞുകുറഞ്ഞ് നിശ്ചലമായപ്പോൾ ആ കണ്ണുകളിൽ ആകാശത്തുണ്ട് പതിഞ്ഞിരുന്നു.

പാപഭാരത്താൽ വരയൻ പൂച്ചയുടെ അരികെനിന്നും എഴുന്നേറ്റ് മുറ്റത്തിന്റെ കിഴക്കേ മൂലയിൽ തൂമ്പകൊണ്ട് ഒരു കുഴിവെട്ടി വരയനെ അകത്താക്കി മൂടി. മനനോവും മണ്ണിട്ട് മൂടാൻ ആഗ്രഹമുണ്ടെങ്കിലും സാദ്ധ്യമാവുമോ..? വരയന്റെ കണ്ണുകൾ ഈ '൦' വട്ടങ്ങളിൽ നിന്നു നോക്കുന്നതായി തോന്നി. ഒട്ടിരുട്ടാറായപ്പോൾ ഉമ്മറക്കസേരയിൽ വിഷണ്ണനായി പടിഞ്ഞിരുന്നു. അന്നപാനീയങ്ങളോട് വിഗണിച്ചിട്ടും പാപഭാരം ഉള്ളൊഴിയുന്നില്ല.

വിവിധ ചിന്തകളുടെ ചുരുളഴിയുന്നു.

ആ തോന്നലുകളെല്ലാം പഴിചാരുന്നതുമായിരുന്നു.

അല്പം സ്വസ്ഥതയ്ക്കുവേണ്ടി കിളികളിലേക്ക് തന്നെ ചെകിടോർത്തു. അവ ധൃതിൽ ചേക്കേറുന്നുണ്ട്. പക്ഷേ, നാദങ്ങൾ ഇല്ല. നിർവൃതികളില്ല.

പക്ഷികളും പ്രതിഷേധിക്കുന്നുവോ..?

ഒടുക്കം ഓരോ പക്ഷികളിലേക്കും കണ്ണെറിഞ്ഞു. ദൈവമേ അവയ്ക്കെല്ലാം പൂച്ചക്കണ്ണുകൾ തന്നെയാണല്ലോ..!

കട:- *മരത്തൊട്ടി*

ആതി:- *സാറാജോസഫിന്റെ നോവൽ*

ഹാഗാർ:- *ഹാജറ (കുഞ്ഞിനു വെള്ളത്തിനായി ഓടിയ ഇസ്ലാമിക ചരിത്രത്തിലെ സ്ത്രീ.)*

ഓരിയിടലിന്റെ തത്ത്വശാസ്ത്രം

ആർദ്ര കെ എസ്

"To animalise is humane, To humanise is animal."
- Franz Kafka

ആദ്യത്തെ ഓരിയിടലി*നെപ്പറ്റി

രാത്രി ഒൻപത് മണിയോടെ തുടങ്ങിയ വാവിടൽ* വീടും തൊടിയും കടന്ന് അയലൊക്കം ചാടി മേൽപ്പാടത്തെ വെള്ളാച്ചിയുടെ ചെവിയിലെത്താൻ ഒട്ടു നേരമെടുത്തില്ല. അതിനുമുൻപുതന്നെ ജാക്കി അത് രേഖപ്പെടുത്തി കഴിഞ്ഞിരുന്നു. ജാക്കിയുടെ കന്നി ഓരിയിടലിന്റെ ഒച്ചയിൽ വെള്ളാച്ചിയുടെ ഉറക്കം ഞെട്ടിയിരുന്നു. വയസ്സാംകാലമായാൽ ഉറക്കം കുംഭത്തിലെ ഉറവ പോലെയാണ്. അരിച്ചിറങ്ങി വരാൻതന്നെ ഒരു നേരമെടുക്കും. ഓരിയിടലിന് തുടർച്ചയെന്നോണംകേട്ട അതിഗാഢ മായൊരു വാവിടലിൽ വെള്ളാച്ചി പുതപ്പ് മാറ്റി എണീറ്റു. ആരാന്നും എന്താന്നും മനസ്സിലായില്ല. അറിയണമെന്ന് വച്ചാൽത്തന്നെ ആണുങ്ങളി ല്ലാത്ത വീട്ടിൽ ഇരുട്ടിയാൽ വാതിലും തുറന്ന് പുറത്ത് കടക്കണത് ശരി യാവില്ലെന്ന് തോന്നിക്കാണും. മനസില്ലാ മനസോടെ അകത്തിരുന്നു. ജാക്കിയുടെ പെരുമാറ്റത്തിലെ അസ്വാഭാവികതയെപ്പറ്റി ആലോചിച്ചു. പൊന്നു മൂത്താശാരി തൊണ്ണൂറ്റിയേഴിൽ തേക്കിന്റെ കാതലോണ്ട് പണിത കൂട്ടിലെ നാലാമത്തെ അന്തേവാസിയും ഓരിയിട്ട് പച്ചക്കൊടി കാട്ടി ഓടി പ്പോകുന്നതുപോലെ വെള്ളാച്ചിക്ക് തോന്നി.

ഓരിയിടാനറിയാത്ത പട്ടിയെ തന്നെ വാങ്ങണമെന്നുറപ്പിച്ചാണ് രണ്ടരക്കൊല്ലം മുൻപ് ജാക്കിയെ വാങ്ങിയത്. തൊണ്ണൂറ്റിയേഴിൽ വാങ്ങിയ ചിന്നു, തൊണ്ണൂറ്റിയൊൻപതിൽ പകരക്കാരിയായ വന്ന പോണി, രണ്ടാ

യിരത്തിലെ വൃശ്ചികവും ധനുവും കഴിയുന്നതിനുമുമ്പേ കൊടുങ്കാറ്റിൽ കൂടിന്റെ ഓട് പൊട്ടിവീണപ്പോൾ പേടിച്ചരണ്ട് ഓരിയിട്ടുപോയ പാവം ഡോണ...... അതും കഴിഞ്ഞ് വന്നവനാണ് ജാക്കി. പരിചയം കൂടി മൂന്ന് കൊല്ലത്തേക്ക് കടന്നപ്പോൾ ഇവൻ തന്നെയിനി ശിഷ്ടകാലം എന്നുറപ്പിച്ചത് വിഡ്ഢിത്തരമായിയെന്ന് വെള്ളാച്ചിക്ക് തോന്നി. ഇപ്പോഴിതാ അവളും തൽസ്വരൂപം പുറത്തെടുത്തിരിക്കുന്നു. അടുത്തതിനുവേണ്ടിയുള്ള തിരച്ചിൽ മനസ്സിൽ കുറിച്ചിട്ട് ജനൽ തുറന്ന് തലയണക്കടിയിൽ വച്ച ടോർച്ചെടുത്ത് കൂട്ടിലേക്ക് അടിച്ചുനോക്കി. ജാക്കി കൂട്ടിൽ പരുങ്ങി നിൽക്കുന്നു.

ജാക്കിയുടെ ഓരിയിടലിന്റെ ഒച്ചയൊടുങ്ങുന്നിടത്തുന്നാണ് തൊണ്ട കീറിയ ആ ഒച്ച കേട്ടത്. വെള്ളാച്ചി ടോർച്ചടിച്ച് കൂട്ടിലേക്ക് ഒന്നുകൂടെ നോക്കി. കൂട്ടിൽ നിന്നല്ലെന്നുറപ്പിച്ചു. രണ്ടല്ല, നാല് കണ്ണുകൾ ഇരുട്ടിൽ തിളങ്ങി. ഹാളിലെ ക്ലോക്കിൽ റോസും നീലയും നിറമുള്ള ലവ് ബേർഡ്സ് അടുത്തുവന്ന് വട്ടത്തിൽ കറങ്ങി, പാട്ടുപാടി, തൽസ്ഥാനത്ത് പോയി നിന്നു. സൂചി പത്തിലേക്ക് കടന്നു. രണ്ടാമത് ഓരിയിട്ടത് ജാക്കിയല്ല. അതൊരു പെണ്ണിന്റെ ഒച്ചയാണെന്ന് വെള്ളാച്ചിക്ക് തോന്നി. ഒച്ചയല്ല, വാവിടൽ. ചീവീടുകളുടെ കരച്ചിലും കയർത്ത് അത് ചെവിയിലേക്ക് ഡ്രില്ല് കേറ്റി കടന്നു കയറി.

വാവിടലിനെപ്പറ്റി

വാവിടലെന്ന് വച്ചാൽ അതൊരു വല്ലാത്ത ഒച്ചയായിരുന്നു. കിഴക്കേ അതിരു മുതൽ പടിഞ്ഞാറെയതിരുവരെ അത് പ്രകാശവേഗത്തിൽ പരന്നു. പരുത്തിപ്പറമ്പിലാരും അങ്ങനെയൊന്ന് കേട്ടിട്ടില്ല. എന്തിനധികം സിനിമേൽ പോലും ഇത്ര ഒച്ചയുള്ള പെണ്ണുങ്ങളെ കണ്ടിട്ടില്ല. വെള്ളാച്ചി മാത്രല്ല, നാട്ടിലെ എല്ലാ ആയമ്മമാരും വീട്ടുകാരുമൊക്കെ അതുകേട്ട് അന്തം വിട്ടു. പാതിരാ മുതൽ പെലർച്ച വരെ പരത്തിപ്പറമ്പിലങ്ങിങ്ങായി ബൾബുകൾ കത്തി. ആണുങ്ങൾ പുറത്തിറങ്ങി കാര്യം തിരക്കി. അടുത്ത വീടുകളിൽ ലാന്റ് ഫോണുകൾ കിർണിങ് അടിച്ചു.

വെള്ളാച്ചി കിടക്കയിലേക്ക് ചെരിഞ്ഞ് കാതോർത്തു. വീട് കഴിഞ്ഞ് ഒരു പത്തടി നടന്നാൽ ഇരുപത്തിയേഴ് കോലിന്റെ ഒരു കിണറാണ്. അതും കഴിഞ്ഞ് അമ്പത് സെന്റോളം വരുന്ന വാഴത്തോട്ടവും. തോട്ടം കഴിഞ്ഞാൽ പഴയ കണ്ടങ്ങളാണ്. നെല്ല് മാറി പുല്ല് വിളയണ കണ്ടങ്ങൾ. അതിന്റെ ഓരത്താണ് മഴക്കാലത്ത് മാത്രം നിറയുന്ന പൊട്ടക്കുളം. കുളവും കടന്ന് നേര്യേടവഴിയിൽ നിന്നെവിടെ നിന്നോ ആണ് ഒച്ച വരുന്നതെന്ന് തോന്നി. ഒരു ഉച്ചഭാഷിണിയുടെ കുഴലിലെന്നപോലെ വാവിട്ട ഒച്ച നേര്യേടവഴിയിലൂടെ ആവൃത്തികൂട്ടി കണ്ടം മുറിച്ചുകടന്ന് ഉറക്കം പിടിച്ച സകലരെയും എണീപ്പിച്ചു. ജാക്കി ഓരിയിടൽ നിർത്തി കൂട്ടിൽ ഒതുങ്ങി കിടപ്പായി. ഗത്യന്തരമില്ലാത്ത ഒച്ചയുടെ ഉറവിടം തേടിയിറങ്ങിയവരാണ് വിവരം വാർത്തയാക്കിയത്.

അതിഗാഢമായ അന്തമില്ലാത്ത വാവിടലിന്റെ കേന്ദ്രം കുഞ്ചുനായരുടെ പുതിയ പെണ്ണിന്റെ തൊണ്ടയായിരുന്നു, കറുവാച്ചിയുടെ. അവൾ നിലത്ത് കിടന്ന് മോങ്ങുകയായിരുന്നു. അല്ല, വാവിട്ടലറി വിളിക്കുകയായിരുന്നു. വായയ്ക്ക് ചെണ്ട വട്ടം. മൂക്കിൽ നിന്ന് ജലദോഷത്തിന്റെ അസ്കിതയില്ലാത്ത വെളുത്ത് കുറുകിയത് ഒഴുകിയൊലിക്കുന്നു. അപ്പൂപ്പൻ താടിപോലെ അവളുടെ മുടിയിഴകൾ തലങ്ങും വിലങ്ങും പറക്കുന്നു. മുക്കു ചീറ്റുന്നു. കരഞ്ഞലമുറകൂട്ടുന്നു. കറുവാച്ചി* വെളിച്ചപ്പാടുറയുന്നപോലെ ഇളകി മറിഞ്ഞു. കറുവാച്ചിയുടെ ഉള്ളിലുറഞ്ഞ ഡപ്പാൻ കൂത്തിൽ പീപ്പിയും പറയും കൊട്ടിമറിഞ്ഞു. എഴുന്നേറ്റുനിന്ന് തുള്ളി. ഒരു പെണ്ണ് ഭർത്തൃനഷ്ടത്തിൽ നാണമില്ലാത്തവളായിരിക്കുന്നു. വട്ടംകൂടിയവരൊക്കെ അന്തംവിട്ട് നിന്നു. വന്നവരോടും പോയവരോടും കൂവിവിളിച്ച് സങ്കടം പറയുന്നു. തൊണ്ടയിൽ ഊറുന്ന കഫം നീട്ടിത്തുപ്പുന്നു. അതങ്ങനെ പല ക്രമത്തിൽ തുടർന്നുകൊണ്ടിരിക്കുന്നു. രാവിലെ ആറ് മണിയായതോടെ കറുവാച്ചിയുടെ വീട്ടിൽ ആളുകൾ ക്യൂ നിന്നു. ഇങ്ങനെയൊരു വ്യസനം കണ്ടിട്ടില്ല.

“പോണംന്ന് വിചാരിച്ചതല്ല. ന്നാലും ഇങ്ങനേം ണ്ടോ കരച്ചില്.”

“ഹൊ! ഇങ്ങനേം ണ്ടോ പെണ്ണ്ങ്ങള്.. എന്റേം ഭർത്താവ് മരിച്ചതാ.. എനിക്കും സങ്കടൊക്കെ ഉണ്ടാർന്നു.”

“ഒരു കഥേം ഇല്ലാത്ത പെണ്ണ്. മൂക്ക് ചീറ്റി, നാട്ടുകാര് കാണുന്ന് ഒരു വിചാരോം ഇല്ലാണ്ട് കിടന്ന് മുറവിളി കൂട്ടുന്നു.”

തൊണ്ണൂറ്റിയേഴിൽ കുഞ്ചുനായർ റെയിൽവേയിലെ പണിയിൽ നിന്ന് വിരമിച്ച് ഒലവക്കോട്ടെ പാലക്കാട് സ്റ്റേഷനിൽ നിന്നും നാട്ടിലേക്ക് മടങ്ങുമ്പോൾ കൂടെ ഒരാളും കൂടെ ഉണ്ടായിരുന്നു. നാട്ടിൽ ബസിറങ്ങിയപ്പോൾത്തന്നെ പരത്തിപ്പറമ്പിൽ അതൊരു വാർത്തയായി. വാർത്തയും വിശേഷവും കഥയുമായി. രേഖയിൽ നാല്പത് കാണുമെങ്കിലും കാഴ്ചയിൽ അത്ര തോന്നാത്ത കറുവാച്ചി. ചുവന്ന ഷിഫോൺ സാരി, തലയിൽ പിച്ചകവും മുല്ലയും ചേർത്തുകെട്ടിയ മാല, കഴുത്തിൽ സ്വർണ്ണത്തിന്റെ ഇരട്ടി നിറം പൂശിയ ചരട്, കയ്യിൽ റീബുക്കിന്റെ ബാഗ്, മംഗലാപുരം – കോയമ്പത്തൂർ ഇന്റർസിറ്റിയുടെയും ഷൊർണ്ണൂർ കോയമ്പത്തൂർ ലോക്കലിന്റെയും മണം. നാട്ടുകാരായ നാട്ടുകാരൊക്കെ വെള്ളാച്ചിയുടെ ഗതിയോർത്ത് പരിതപിച്ചു. പതിവുതെറ്റിക്കാതെ എല്ലാ മാസത്തെയും പാതിയിലധികം ശമ്പളവും രണ്ടു മാസം കൂടുമ്പോഴുള്ള വരവും ആഴ്ചയിലൊരിക്കലുള്ള ഫോൺ വിളിയുംകൊണ്ട് തൃപ്തജീവിതം നയിക്കുകയായിരുന്ന വെള്ളാച്ചിയും ഇങ്ങനെയൊന്ന് മനസ്സിൽ കണ്ടിരിക്കില്ല. കുഞ്ചുനായരാണ് മേൽപ്പാടത്ത് വെളുത്തേടത്തിയെ വെള്ളാച്ചിയാക്കിയത്. സ്നേഹത്തോടെ ആരോപിക്കപ്പെട്ട പേര് വെള്ളാച്ചിയും ഏറ്റെടുത്തു. അങ്ങനെയാണ് കുഞ്ചുനായരുടെ ഭാര്യ വെള്ളാച്ചിയായത്. കുഞ്ചുനായരൊരു സ്ത്രീലമ്പടനാണെന്നും കൂടപ്പോന്നവളൊരു അശ്രീകരമാണെന്നും പലരും പറഞ്ഞുവെങ്കിലും വെള്ളാച്ചി കുഞ്ചു

നായരെപ്പറ്റി ഒരക്ഷരം മിണ്ടിയില്ല. കരഞ്ഞില്ല. മുപ്പതു വർഷം കഴിഞ്ഞ ദാമ്പത്യം വിച്ഛേദിച്ചില്ല. വെള്ള സാരിയുടുത്ത് വൈധവ്യം ഏറ്റെടുത്തില്ല. പക്ഷേ, കതകടച്ചു. കുഞ്ചുനായർ പെട്ടിയുമായി വന്നപ്പോൾ ഇടംവലം നോക്കാതെ തഴുതിട്ട് കതകടച്ചു. അതിൽപ്പിന്നെ കുഞ്ചുനായരും അങ്ങോട്ട് വന്നില്ല. വെള്ളാച്ചി*യുടെ വീടും തൊടിയും കടന്ന് പാടത്തിന്റോരത്തെ വെള്ളമില്ലാത്ത പൊട്ടക്കുളം കടന്ന് നേര്യേടവഴിയവസാനിക്കുന്നിടത്ത് ഭാഗത്തിൽ കിട്ടിയ പഴയ തറവാടിന്റെ വാതിൽ പൊളിച്ച് താമസം തുടങ്ങി. പിന്നൊരിക്കൽ വെള്ളാച്ചിതന്നെ തൊടിയിറങ്ങി, മുട്ടൊപ്പം പുല്ല് പൊങ്ങിയ കണ്ടവും, എണ്ണപ്പാടക്കെട്ടിയ പൊട്ടക്കുളവും കടന്ന്, നേര്യേടവഴി നടന്ന് കുഞ്ചുനായരുടെ പുതിയവീട്ടിൽ പഴയ തറവാടിന്റെ ആധാരം കൊണ്ടുപോയി കൊടുത്തു. അന്നാണ് വെള്ളാച്ചി ആദ്യമായും അവസാനമായും കറുവാച്ചിയെ കാണുന്നത്.

അതിൽപ്പിന്നെ വെള്ളാച്ചി തനിക്ക് ഭാഗം കിട്ടിയ പാടവും പറമ്പും വിറ്റ് പണം ബാങ്കിലിട്ടു. ദുഃഖത്തിൽ പങ്കുചേരാൻവന്ന നാട്ടുകാരെ നിശബ്ദയായി നേരിട്ടു. പക്ഷേ, എല്ലാവരെയും ഞെട്ടിച്ചുകൊണ്ടാണ് നായ പ്രിയനായ വക്കീൽ വാസ്വാരെ വിളിച്ച് വെള്ളാച്ചി ഓരിയിടാത്ത നായയെ ഉടനെ എത്തിക്കാൻ ആവശ്യപ്പെട്ടത്. രാത്രി കിടന്നുറങ്ങിയാലും വേണ്ടില്ല, പക്ഷേ, ഓരിയിടരുത്. ഓരിയിടുന്ന പട്ടികൾക്ക് കാടാണ് നല്ലത്. അപരിഷ്കൃതരായി കുറുക്കൻമാർക്കും കുരങ്ങൻമാർക്കുമൊപ്പം കഴിയാം. നാടായാൽ ചില നടപ്പുകളൊക്കെയുണ്ട്. ഇക്കണ്ട കാലമൊക്കെ കഴിഞ്ഞിട്ടും അതൊന്നും പഠിച്ചില്ലെങ്കിൽ വീടിനുപുറത്ത് എന്നാണ് വെള്ളാച്ചിയുടെ കൂട്ടം. പൊന്നു മൂത്താശാരിയെ വിളിച്ച് പിന്നാമ്പുറത്തെ തേക്ക് വെട്ടി ഉമ്മറത്ത് ഒന്നാന്തരമൊരു പട്ടിക്കൂട് ഉണ്ടാക്കാനുള്ള പദ്ധതി റെഡിയാക്കി. വക്കീൽ വാസ്വാര് ഓരിയിടാത്ത ജനുസിനെ തിരഞ്ഞു നടന്ന് മഴയ്ക്കു മുൻപുതന്നെ ചിന്നുവിനെ വീട്ടിലെത്തിച്ചു കൊടുത്തു. കാര്യം ഉഷാറായിരുന്നു. കുരയ്ക്കും ഉറങ്ങും കഴിക്കും പക്ഷേ, ഓരിയിടില്ല. വർഷം രണ്ട് കഴിഞ്ഞപ്പോൾ ചിന്നു ആത്മാവിനുള്ളിൽ നിന്ന് ആ ഒച്ച പുറപ്പെടുവിപ്പിച്ചു. ആ ഓരിയിടലിൽ വെള്ളാച്ചി ഉണരുകയും അടുത്ത പകൽ ചിന്നുവിനെ വക്കീൽ വാസ്വാര് വന്ന് കൊണ്ടുപോവുകയും ചെയ്തു. ചിന്നുവിനു പിറകെ പോണിയും ജാക്കിയും വന്നു.

കൂടും കൂട്ടും വന്നയന്നു മുതൽ കുഞ്ചുനായരെ വെള്ളാച്ചി പകൽ വെളിച്ചത്തിൽ കണ്ടിട്ടില്ല. അഥവാ കണ്ടാൽത്തന്നെ നിർവ്വികാരമായി ഒന്നു നോക്കും. പക്ഷേ, അന്നുമുതൽ കേസരത്തിൽ നിന്ന് അണ്ഡത്തിലേക്ക് പിച്ചകപ്പൂമണം നേര്യേടവഴിയിലൂടെ രാത്രികളിൽ ഒഴുകി നടക്കാൻ തുടങ്ങി. കുഞ്ചുനായരുടെ രാത്രി നടത്തം രഹസ്യമായി പിച്ചകപ്പൂമണം പരത്തി. കുഞ്ചുനായരുടെ അതീവ രഹസ്യമായ മുടക്കില്ലാത്ത രാത്രി സഞ്ചാരം അങ്ങനെയാണ് തുടങ്ങിയത്. സന്ധ്യ മയങ്ങി ഇരുട്ടു പിടിച്ചാൽ കോറയും പാലും ചേർത്ത് വെരകിയ കുറുക്ക് വായ പരന്ന പാത്രത്തിലാക്കി വലത് കയ്യിലെടുക്കും. എത് ദുഷിച്ച മണത്തെയും മായ്ക്കണെ

പിച്ചകപ്പൂപറിച്ച് പോക്കറ്റിലിടും. ഇടതു കയ്യിൽ കനത്തിനൊരു വടിയും പിടിക്കും. ഇത്രയുമായാൽ കുഞ്ചുനായർ നടത്തം തുടങ്ങും. നേര്യേടവഴി കടന്ന് പൊട്ടക്കുളവും കണ്ടവും കടന്ന്, തൊടിയും കിണറും താണ്ടി വെള്ളാച്ചിയുടെ വീടെത്തും. മുറിയുടെ തുറന്നിട്ട ജനലിൽ സുഗന്ധിയായ പിച്ചകപ്പൂ വയ്ക്കും. പിന്നെ മെല്ലെ ഉമ്മറത്തേക്ക് നടന്ന് കുറുക്കിന്റെ പാത്രം കൂട്ടിലേക്ക് വച്ചുകൊടുക്കും. കൂട്ടിലെ മാറിവരുന്ന നാൽക്കാലികൾ അത് നക്കിത്തുടയ്ക്കും. കുഞ്ചുനായർ ഏറ്റവും കൂടുതൽ കുറുക്ക് കൊടുത്തത് ജാക്കിക്കാണ്. രണ്ട് വർഷത്തോളം അവൻ പാലും കോറയും വെരകിയത് കുഞ്ചുനായരുടെ കൈയിൽനിന്ന് കുടിച്ചു. ഏതിരുട്ടിലും ജാക്കി തിളങ്ങുന്ന കണ്ണുകളടച്ച് തുറന്ന്, ഒച്ചയുണ്ടാക്കാതെ കുഞ്ചുനായരെ സ്വീകരിക്കുകയും യാത്രയാക്കുകയും ചെയ്യും. കുഞ്ചുനായർ മരിക്കുന്നതിന് തലേന്നും അതിന് മുടക്കം വന്നില്ല. പട്ടികൾ ഇണങ്ങുന്നതിലും പ്രയാസമാണ് പെണ്ണുങ്ങൾ ഇണങ്ങാൻ എന്ന് കഞ്ചുനായർ മനസ്സിലാക്കിയത് അങ്ങനെയാണ്.

ഒടുവിലത്തെ ഓരിയിടലിനെപ്പറ്റി

മെമ്പറ് സുകുവേട്ടൻ കറുവാച്ചിയുടെ അടുത്തുവന്ന് അടക്കിന്റെ കാര്യം ചോദിച്ചപ്പോൾ വെള്ളാച്ചിയോട് ചോദിക്കാൻ പറഞ്ഞതുകേട്ട് എല്ലാവരും ഞെട്ടി. പൊട്ടക്കുളവും നേര്യേടവഴിയും കടന്ന് വെള്ളാച്ചിയുടെ വീട്ടിലേക്ക് കഞ്ചുനായരുടെ ജീവനില്ലാത്ത ഉടൽ വെള്ളത്തുണിയിൽ പൊതിഞ്ഞ് കൊണ്ടുവന്നതും നോക്കി ഡപ്പാൻകൂത്തിന് ചോട് പിടിച്ച് കറുവാച്ചി കുഞ്ചുനായരെ യാത്രയാക്കി.... വെള്ളാച്ചിയുടെ ഭർത്താവ് കഞ്ചുനായർ സ്വന്തം തൊടിയിൽ വീടിന്റെ തെക്കോറത്ത് സമാധിയായി. സന്ധ്യക്ക് അവിടെ വിളക്ക് തെളിഞ്ഞു. ജാക്കി നിശ്ശബ്ദനായി കൂട്ടിൽ കിടന്നു.

സന്ധ്യ മയങ്ങി ഇരുട്ടായപ്പോൾ കറുവാച്ചി പാലും കോറയും ചേർത്ത് കുറുക്ക് വെരകി. വായ പരന്ന പിച്ചള പാത്രത്തിലാക്കി. ഊതി തണുപ്പിച്ച് കുറച്ച് അകത്താക്കി. വലത് കൈയിൽ കുറുക്കും ഇടത് കൈയിൽ ഉമ്മറത്തൂന്ന് പറിച്ച പിച്ചകവും പിടിച്ച് നേര്യേടവഴി കടന്ന് പൊട്ടക്കുളവും കണ്ടവും നടന്ന്, തൊടിയും കിണറും താണ്ടി വെള്ളാച്ചിയുടെ വീട്ടിലെത്തി. തുറന്നു കിടക്കുന്ന ജനലിൽ മണമുള്ള പിച്ചകപ്പൂ വച്ചു. ജനലോരം വച്ച താക്കോലെടുത്തു. മെല്ലെ ഉമ്മറത്തേക്ക് നടന്നു. കുറുക്കിന്റെ പാത്രം കൂട്ടിലേക്ക് വച്ചുകൊടുത്തു. ഒച്ചപ്പെടാതെ കൂട് തുറന്നു. ജാക്കി ഒച്ചയുണ്ടാക്കാതെ കൂട്ടിൽ നിന്നിറങ്ങി. കറുവാച്ചിയുടെ കയ്യും കാലും മാറിമാറി നക്കിത്തുടച്ചു. താക്കോൽ തിരികെവച്ച് ജാക്കിയെയും കൈയിലെടുത്ത് കറുവാച്ചി വീട്ടിലേക്ക് നടന്നു.

വെള്ളാച്ചി കിടക്കയിൽ നിന്നെഴുന്നേറ്റ് ജനലരികിലേക്ക് നടന്നു. പിച്ചകപ്പൂ കൈയിലെടുത്ത് മണം പിടിച്ചു. ഇരുട്ടിൽ നാല് കണ്ണുകൾ തിളങ്ങി.

അന്ന് രാത്രി അവസാനമായി പരത്തിപ്പറമ്പുക്കാർ അതിഗാഢമായ മറ്റൊരു ഓരിയിടൽ കേട്ടു.

* *ഓരിയിടൽ - പട്ടി, കുറുക്കൻ തുടങ്ങിയ മൃഗങ്ങൾ ഉണ്ടാക്കുന്ന ശബ്ദം. (howling)*

* *വാവിടൽ - വാവിട്ട കരച്ചിൽ (loud scream)*

* *കറുവാച്ചി (കറുത്ത ഉടലുള്ളവൾ)*

* *വെള്ളാച്ചി (വെളുത്ത ഉടലുള്ളവൾ)*

* *(folks say that the dead may Stay with us if you mourn too much - Tamil Myth)*

കാകനൃത്തം

മീനാക്ഷി ജയൻ

വെയിൽ മുഖത്തുതട്ടിയപ്പോഴാണ് അന്നയാൾ ഉറക്കം വിട്ടെഴുന്നേറ്റത്. വെയിലിന്റെ രൂക്ഷതയിൽ കൈപ്പടം മറയാക്കി അയാൾ എഴുന്നേറ്റിരുന്നു കണ്ണുകൾ തിരുമ്മി. ഉറക്കച്ചടവിനിടെ പുതപ്പ് ആഞ്ഞു കുടഞ്ഞപ്പോൾ എവിടെനിന്നെന്നില്ലാതെ ഒരു തൂവൽ അയാളുടെ ചുവന്ന ബനിയനിൽ പറന്നുവീണു.

"കാക്കത്തൂവലോ... രാവിലെ തന്നെ ഓരോരു ചവറ്."

അത്യധികം വെറുപ്പോടെ അത് തട്ടിക്കളഞ്ഞ് അയാൾ ബാത്റൂമിലേക്ക് കുതിച്ചു. പെട്ടെന്ന് കതകിൽ ഒരു തട്ടുകേട്ട് സഡൻ ബ്രെയ്ക്കിട്ട് തിരിഞ്ഞു.

"ഇനി ഇതാരാണാവോ" പിറുപിറുത്തുകൊണ്ട് കതക് തുറന്നപ്പോൾ ഒരു പൊടിമീശക്കാരൻ പയ്യൻ!

"ഇന്നാ ചേട്ടാ.... പാലും പത്രോം."

പയ്യൻ അയാളെത്തന്നെ നിർന്നിമേഷം നോക്കിനിന്നു പറഞ്ഞു.

"പുതിയ ആളാണല്ലേ.... അപ്പൊ ശരി നാളെ കാണാം."

കിറുക്കത്തരം നിഴലിച്ച കണ്ണുകൾ പല നിഗൂഢതകൾ വായുവിൽ വരച്ചുവച്ച് അവൻ പടികൾ കടന്ന് ചുവരുകൾക്കിടയിലേക്ക് മറഞ്ഞു.

പത്രത്തിൽ കർഷകസമരത്തിന്റെ കൊടുമ്പിരികൾ. നിശ്ചയദാർഢ്യത്തിന്റെ ഇരുമ്പു മുഷ്ടിയുമായി കാക്കിക്കുനേരെ ഉയരുന്ന പ്രതിഷേധജാഥകൾ. ആദ്യപേജിലെ വലിയ കോളത്തിൽ ജ്വലിക്കുന്ന സമരാഗ്നിയുമായി നിൽക്കുന്ന ചെറുപ്പക്കാരന് പാലുമായി വന്ന പൊടിമീശക്കാരന്റെ ഛായ ഇല്ലേയെന്ന് അയാൾക്ക് ഒരു നിമിഷത്തേക്ക് തോന്നി. പാൽപാത്രം മേശമേൽ വച്ച് പത്രവുമെടുത്ത് അയാൾ വീണ്ടും ബാത്റൂമിൽ കയറി. അസ്വസ്ഥത വീണ്ടും അയാളെ പൊതിഞ്ഞത് ബാത്റൂ

മിലെ സിങ്കിൽ ഒരു കാക്കത്തൂവൽ കൂടി കണ്ണിൽപ്പതിഞ്ഞപ്പോഴാണ്.

ഒരു ഈർക്കിൽ ഒപ്പിച്ച് അറപ്പോടെ അതെടുത്ത് ഫ്ളഷ് ചെയ്തപ്പോൾ എന്തോ ഒരുതരം തരിപ്പ് അയാളിൽ ഇരച്ചുകയറി.

തിരക്കിട്ട് ഓഫീസിലേക്ക് പോകാനായി പടികൾ ഇറങ്ങുകയാണ്; കിതപ്പോടെ....

'ആദ്യത്തെ ദിവസം തന്നെ ലേറ്റ്.'

തനിക്കുനേരെ വരുന്ന കാലടിയൊച്ച കേട്ട് അയാൾ ഒന്നുനിന്നു. നിറം മങ്ങിയ പരുക്കൻ ഷൂ. അതിൽ നിറയെ പൊടിമണ്ണ്. പതിയെ തലയുയർത്തി. കണ്ണുകൾ ആ രൂപത്തിലൂടെ ഇഴഞ്ഞരിച്ച് നീങ്ങി. വലിയ കറുത്ത കോട്ടും തൊപ്പിയുമിട്ട ഒരു നീണ്ടുമെലിഞ്ഞ മനുഷ്യൻ. കൊക്കുപോലെ വളഞ്ഞുനില്ക്കുന്ന മൂക്ക്. വളരെ വിചിത്രവും വികൃതവുമായ ഒരു ബാഗും കണ്ണിൽത്തടഞ്ഞു. എന്തിനാണിയാൾ ഇത്ര മോശപ്പെട്ട ഒരു ബാഗുമായി നടക്കുന്നത്?

"ഓ, നിങ്ങൾ ഇന്ന് നേരത്തെ ഇറങ്ങിയോ."

ചിന്തകളുടെ ഒഴുക്കിൽപ്പെട്ട അയാൾ കരയ്ക്കടുത്തു.

"ഹേയ് വൈകിപ്പോയി." അയാൾ പറഞ്ഞൊപ്പിച്ചു.

"ഞാൻ കാകൻ. നൈറ്റ് ഷിഫ്റ്റാ.... അതാ ഈ നേരത്ത് വരുന്നത്."

ഇളിച്ചു നിൽക്കുന്ന കറപിടിച്ച ആ പല്ലുകൾ അയാളെ വല്ലാതെ അസ്വസ്ഥനാക്കി. നിർജീവിത തളം കെട്ടിനിന്ന ആ മുഖം അയാളെ പിരിമുറുക്കത്തിന്റെ കയത്തിലേക്ക് തള്ളിയിട്ടു.

"ഹലോ... ആ സ്മിതേ... ആ ഇപ്പൊ എത്തിയതേ ഉള്ളൂ. ഓഫീസ്.... ആ കുഴപ്പമില്ല... മോൻ കിടന്നോ? ആ കഴിക്കണം... എന്നാ ശരി, നാളെ വിളിക്കാം."

നാട്യത്തിന്റെ മൂടുപടം എടുത്ത് അണിയുകയല്ലാതെ വേറെ വഴിയുണ്ടായിരുന്നില്ല. വീട്ടിൽനിന്നും കാതങ്ങൾ അകലെയായ ഈ സ്ഥലം പറിച്ചുനടലിന്റെ ആക്കംകൂട്ടിയതേ ഉള്ളൂ.

ഇരുണ്ട ഓർമ്മ പെട്ടെന്ന് എവിടെനിന്നോ ഇരച്ചെത്തി. തന്റെ മകൻ ഉൾപ്പെടെ വീടിന്റെ പരിസരത്തുള്ള കുട്ടികളുടെ ബഹളം കേട്ട് അയാൾ പുറത്തിറങ്ങി.

"എന്താ ഈ പിള്ളേർ ഇങ്ങനെ ബഹളം വെക്കുന്നെ....? കുറച്ചു നേരം ആയല്ലോ തുടങ്ങീട്ട്..."

വീടിന് പുറത്തിറങ്ങിയവരുടെ സ്വബോധത്തെ അലട്ടുംവിധമുള്ള ഒരു കാഴ്ച! ചത്ത് ചോര ഒലിക്കുന്ന ഒരു കാക്കയെ ഒരു കമ്പിൽ കെട്ടിത്തൂക്കി കുട്ടികൾ കൊണ്ടുപോകുന്നു. അവർ നടന്നുവന്ന വഴിയിൽ ചോര കൊണ്ട് വരഞ്ഞ വരകൾ....! ആ ചോരക്കറകൾ അവർക്കുനേരെ ദയനീയതയുടെ മുറവിളികൾ കൂട്ടിക്കൊണ്ടിരുന്നു.... കൂടിനിന്നവരെല്ലാം സ്തബ്ധരായി നോക്കിക്കണ്ട കാഴ്ച!

അയാൾ മുഷിപ്പോടെ കസേരയിൽ അമർന്നിരുന്നു.

ദിവസം മുഴുവനും കംപ്യൂട്ടറിന് മുന്നിലെ ഇരിപ്പും, ജോലിസമ്മർദ്ദവും ഇടുങ്ങിയ വാടകമുറിയുടെ ചുവരുകളും വീട്ടിൽ നിന്നുള്ള അകൽച്ചയും എല്ലാം അയാളുടെ ജീവിതത്തിന്റെ താളം തെറ്റിച്ചിരിക്കുന്നു. ചടുലതയിൽ നിന്ന് ഉഗ്രതാളത്തിലേക്ക് ഹൃദയത്തുടിപ്പ് ഉയർന്നു.

കുറച്ചുനേരത്തെ സമാധാനത്തിനുവേണ്ടി അയാൾ തൊട്ടടുത്ത ടേബിളിൽ കണ്ട പുസ്തകം എടുത്ത് മറിച്ചുതുടങ്ങി. കണ്ണുകൾ പക്ഷേ, അക്ഷരങ്ങളിൽ ഉടക്കാതെ ചിത്രങ്ങൾ തേടി അലഞ്ഞു. ഓരോരോ ചിത്രങ്ങൾ... ഓരോരോ വരകൾ.... ഓരോരോ നിറങ്ങൾ.... അവയ്ക്കിടയിൽ അസ്വസ്ഥപ്പെടുത്തുന്ന ചിത്രം...! കറന്റ് കമ്പിയിൽ കുടുങ്ങി ഷോക്ക് അടിച്ചുവീണ ഒരുകൂട്ടം കാക്കകൾ. അവയിൽ കണ്ണ് തുറന്നുകിടക്കുന്ന ഒരു കാക്ക തന്റെ ആത്മാവിലേക്ക് തുറിച്ചുനോക്കുന്നപോലെ അയാൾക്ക് തോന്നി. അത് കാണാൻ പറ്റാതെ അയാൾ കണ്ണുകൾ ഇറുക്കിയടച്ച ആ പുസ്തകം ടേബിളിന്റെ മറ്റേ അറ്റത്തേക്ക് അയാൾ വലിച്ചെറിഞ്ഞു. കസേര പുറകോട്ട് തിരിച്ച് ഇട്ട് അയാൾ ചാരിക്കിടന്നു.

"ചായ."

മേശപ്പുറത്തു ചായവച്ച് സുദേവൻ അയാളുടെ അടുത്തേക്ക് ഒരു കസേരയിട്ടിരുന്നു.

"എങ്ങനുണ്ട് സർ, പുതിയ സ്ഥലവും ജീവിതവുമൊക്കെ.... അടിപൊളിയല്ലേ?"

"സത്യം പറയാലോ സുദേവാ.... ഇവിടെ എത്തിയെ പിന്നെ മനസ്സമാധാനമെന്നാൽ എന്താണ് എന്ന് അറിഞ്ഞിട്ടേ ഇല്ല. മടുത്തു ഈ നരകം."

"നമ്മുടെ ജോലിയുടെ സ്വഭാവം ഇങ്ങനെയല്ലെ സർ.... അപ്പൊ ഇതൊക്കെ ഉണ്ടാവും. പതിയെ ശീലമായിക്കോളും."

"അതുമാത്രം അല്ല.... വല്ലാണ്ട് ശ്വാസം മുട്ടുന്നു... കൊല്ലാൻ കൊണ്ടിട്ട പോലെ."

"എന്താ സർ, ഇങ്ങനെയൊക്കെ... എന്താ പ്രശ്നം?"

"ഞാൻ താമസിക്കുന്ന റൂം... അതിൽ എവിടെ തിരിഞ്ഞാലും കാക്കത്തൂവൽ... കിടക്കയിൽ, ഡ്രസിൽ, മേശയിൽ, പാത്രത്തിൽ... സ്വൈരം ഇല്ല. ഇനി ഭക്ഷണം വഴി വയറ്റിൽ പോകാനേ ബാക്കിയുള്ളൂ... ഇതൊന്നും കൂടാതെ ആ കാകനും. രാവിലെയും വൈകുന്നേരവും അയാൾ മുന്നിലേക്ക് ചാടും.... അയാൾക്ക് എന്തൊക്കെയോ രഹസ്യങ്ങളുണ്ട് സുദേവ.... എനിക്ക് ഉറപ്പാ."

ഭ്രാന്തുപിടിച്ച പോലുള്ള അയാളുടെ സംസാരവും രീതിയും കണ്ട സുദേവൻ ഒരു നിമിഷം തരിച്ചുനന്നു.

"കാകനോ....? അല്ല.... സർ, ഇപ്പൊ പറഞ്ഞത്... ഇതൊക്കെ...."

"വിശ്വസിക്കാൻ പറ്റുന്നില്ല അല്ലെ. ഇതാണെടോ എന്റെ അവസ്ഥ."

"അല്ല സർ, ഈ കാക്ക.... ഇവിടെ.... ഈ നാട്ടിൽ ഒറ്റ കാക്കയെപ്പോലും കാണാൻ കിട്ടുന്നില്ല... അക്കാര്യം സാറിനും അറിയാമല്ലോ....

പിന്നെങ്ങനെ ഇത്."

"എന്ത്... കാക്കയെ കാണില്ലാന്നോ.... തന്നോട് ഞാനെന്റെ സങ്കടമെല്ലാം തുറന്നുപറയുമ്പോൾ ആശ്വസിപ്പിക്കാനാണോ ഇതൊക്കെ പറയുന്നേ... ഹഹ..."

"അല്ല... സർ സത്യം... സാറിവിടെ വന്നു കാക്കകളെ കണ്ടു എന്ന് പറഞ്ഞാൽ ആരും വിശ്വസിക്കില്ല. കാണാൻ യാതൊരു സാദ്ധ്യതയും ഇല്ല... പത്തു വർഷത്തോളമായി ഈ നാട്ടിൽനിന്നും കാക്കകൾ അപ്രത്യക്ഷമായിട്ട്. എത്ര ശാസ്ത്രജ്ഞന്മാരും പക്ഷി നിരീക്ഷകരും റിസർച്ചും അന്വേഷണവും നടത്തിയിരിക്കുന്നു... ഒരു തുമ്പും ഇതുവരെ കിട്ടിയിട്ടില്ല."

ആയിരം കാക്കകൾ ചിറകടിച്ചുയരും നേരം വലിയൊരു കാറ്റുവീശീ അയാളുടെ ഉള്ളിലേക്ക് ആഞ്ഞടിച്ചു... പൊടിപടലങ്ങൾ പറന്നുപൊങ്ങി... അസ്വസ്ഥതകൾ തിങ്ങി ക്ലാവുപിടിച്ച അയാളുടെ ബോധവലയത്തെ അത് പിടിച്ചുലച്ചു.

തിരിച്ച് റൂമിലേക്കുള്ള യാത്രയിൽ സുദേവൻ പറഞ്ഞത് ഒരു കളവാണെന്ന് സ്വയം ബോദ്ധ്യപ്പെടുത്താൻ അയാൾ പണിപ്പെട്ടു. അകലെ നിന്നൊരു കറുത്ത ചിറകടിക്കായി അയാൾ ചെവിയോർത്തു നടന്നു. റോഡിലെ ഇലക്ട്രിക് പോസ്റ്റ് കമ്പിയിലും ഉയർന്ന മരങ്ങളുടെ ചില്ലകളിലും മീൻ ചന്തയുടെ അകക്കോണുകളിലും മുനിസിപ്പൽ ഡംബ്യാർഡിന്റെ കൂനയിലും ഇടതടവില്ലാതെ വെള്ളം വീഴുന്ന ആ വലിയ നീല ഡ്രമ്മിലേക്കും.... ഒന്നും ഒഴിച്ചുവിടാതെ അയാളുടെ കണ്ണുകൾ പരതിക്കൊണ്ടിരുന്നു; ഒരു നിഴലിനായി.

എന്നാൽ... ഒരു തൂവലോ... കാലോ... കൊക്കോ... ഒന്നും.... ഒന്നും അയാൾ കണ്ടില്ല. ഭീതിയുടെ ഒരന്തരീക്ഷം അയാൾക്ക് ചുറ്റും പതിയെ അടിഞ്ഞുകൂടിത്തുടങ്ങി. തീർത്തും യാന്ത്രികമായി അയാൾ റൂമിലേക്കുള്ള പടികൾ കയറി; വാതിൽ തുറന്നു വസ്ത്രംപോലും മാറാൻ നില്ക്കാതെ കിടപ്പറയിലേക്ക് നടന്നു. കിടക്കയിൽ ഒരു തൂവൽപോലെ പൊഴിഞ്ഞുതിർന്നു.

ഏതോ ഒരദൃശ്യ കരസ്പർശത്തിൽ അയാൾ ഞെട്ടിയുണർന്നു. പോക്കറ്റിൽ പരതി. ഫോൺ സ്ക്രീനിൽ സമയം 6 മണി. സ്മിതയുടെ 4 മിസ്ഡ് കോൾ. ഉറക്കച്ചടവിന്റെ വീർത്ത കണ്ണുകളോടെ അയാൾ കിടക്കയിൽ നിന്ന് കുതറിയെഴുന്നേറ്റു. പൊടുന്നനെ മുറിയുടെ ഒരറ്റത്ത് പ്രത്യേകയിനം ചലനം അയാളുടെ ചെവികൾ അസ്വസ്ഥമാക്കി. അതാ... വീണ്ടും ആ ശബ്ദം... ഒരു നേർത്ത അനക്കം; ഒരു ചെറുതൂവലിനേക്കാൾ നേർത്തത്. ശബ്ദം കേട്ട ഭാഗത്തേക്ക് തിരിഞ്ഞു. ഭീതിയുടെ ഭാരമേറിയ ചുവടുകൾ ഓരോന്നായി മുന്നോട്ട്.... ദേ വീണ്ടും....

തറയിൽ കിടന്ന കറുത്ത ബാഗിൽനിന്നാണ് ആ അനക്കം. കാകന്റെ വൃത്തികെട്ടതും വികൃതവുമായ ആ തുകൽ ബാഗ്. ചുവരിൽ ചാരിയ നിലയിൽ. അതിൽനിന്നും എന്തോ ഒന്ന് പതിയെ അനങ്ങുന്നുണ്ട്. ഭീതി

യുടെ ഭാരം മനസ്സിൽ പേറി അയാൾ മെല്ലെ മെല്ലെ അതിനടുത്തോട്ടു നീങ്ങി. പെട്ടെന്ന് അയാളിൽ ഞെട്ടൽ ഉളവാക്കി ഫോൺ ഉച്ചത്തിൽ റിങ് ചെയ്തു.

"ഹ..ഹ.. ലോ"

വറ്റിവരണ്ട പാടത്ത് ഒഴുകുന്ന നേർത്ത ചാലുപോലെ ശബ്ദം പുറത്തുവിടാൻ അയാൾ നന്നേ പാടുപെട്ടു.

"ഹ..ഹലോ... ഈ സ്മിതേ... ഞാൻ... ഞാൻ അങ്ങോട്ട് വിളിക്കാം... ചെറിയ തിരക്കിലാണ്.... പ്രശ്നം ഏയ് എന്ത് പ്രശ്നം... ഒന്നുമില്ല. ഒന്നും ഇല്ലാന്നല്ലേ പറഞ്ഞത്.... ശരി... വിളിക്കാം."

അങ്ങേത്തലയ്ക്കൽനിന്നും മറുപടിക്കു കാത്തുനില്ക്കാതെ ഫോൺ കട്ട് ചെയ്തു. അപ്പോഴേക്കും അയാളുടെ സംഭ്രമത്തിന്റെ ആക്കംകൂട്ടി ആ തുകൽ ബാഗിൽനിന്ന് ഒരു ചീഞ്ഞളിഞ്ഞ കറുത്ത പക്ഷിക്കാൽ തറയിലേക്ക് വീണു. ചോരയുടെ പാടുകൾ അപ്പോഴും അതിൽ പറ്റിപ്പിടിച്ചിട്ടുണ്ടായിരുന്നു. കാലാകാലങ്ങൾ പ്രവർത്തിച്ച് ഒടുവിൽ നിന്നുപോയ ആ പഴയ ക്ലോക്കുപോലെ അയാൾ ഒരു നിമിഷം സ്തബ്ധനായി നിന്നു; ഏതോ ഒരു പ്രകമ്പനത്തിന്റെ ശക്തിയിൽ പിന്നോട്ട് തെറിച്ച് അയാൾ കിടക്കയിൽ ഇരുന്നുപോയി. തൊട്ടുപിന്നാലെ ബാഗിൽനിന്ന് കാക്കയുടെ ചീഞ്ഞളിഞ്ഞ ഒരു തലയും തറയിലേക്ക് വീണു. അതിന്റെ അലോസരപ്പെടുത്തുന്ന ചീഞ്ഞളിഞ്ഞ നാറ്റം മുറിയാകെ പരന്നു. അയാൾ ഉറക്കെ അലറിയെങ്കിലും ശബ്ദം പുറത്തുവന്നില്ല. കണ്ണുകളിൽ ഇരുട്ട് നിറയുന്നു. ഇരുട്ടിലൂടെ അയാൾ എങ്ങോട്ടെന്നില്ലാതെ തപ്പിത്തപ്പി നടന്നുതുടങ്ങി.

മലിനജലം കെട്ടിക്കിടക്കുന്ന ഇരുട്ട്. അതിന്റെ കരിമ്പടം നീട്ടിവിരിച്ച റോഡിലൂടെ കിതപ്പോടെ അയാൾ നടപ്പ് തുടങ്ങിയിട്ട് മണിക്കൂറുകളായി കഴിഞ്ഞിരിക്കണം. നടത്തം പതിയെ ഓട്ടമായി മാറിയിട്ടുണ്ട്. ഇരുവശങ്ങളിലെയും കടകളിലെ മുഷിഞ്ഞു കത്തുന്ന മങ്ങിയ മഞ്ഞബൾബുകൾ അയാളെ വിവശനാക്കി. ഓടിയോടി ആ റോഡ് ചെന്ന് അവസാനിച്ചത് നഗരത്തിലെ പഴയ റയിൽവേ സ്റ്റേഷനിൽ. അതിന്റെ അങ്ങേയറ്റത്തായി ഇടയ്ക്കിടെ കെട്ടും തെളിഞ്ഞും നിന്ന സ്ട്രീറ്റ് ലൈറ്റ് ഭീതിയുടെ ഒരന്തരീക്ഷം ചുറ്റും വിതച്ചിട്ടു. പെട്ടെന്ന് എന്തിലോ കാൽ തടഞ്ഞു അയാൾ നിലത്തുവീണു. ഭയന്നുവിറച്ച അയാൾ ആ അരണ്ട വെളിച്ചത്തിൽ കണ്ടു. തനിക്കു ചുറ്റും ചത്ത കാക്കകൾ...! അയാൾ ഞെട്ടിത്തരിച്ചു ഒരുവിധം കുതറി വീണ്ടും വേച്ചുവേച്ചു ഓടിത്തുടങ്ങി. ദൂരെനിന്ന് ട്രെയിന്റെ ശബ്ദം. ഇരുട്ട് നിറഞ്ഞ, ശവപ്പറമ്പിന്റെ ഗന്ധമുള്ള പുകയിലൂടെ തീവണ്ടി കുതിച്ചു പാഞ്ഞുവന്നു. അതിന്റെ കാഹളം സ്റ്റേഷന്റെ ഇടുങ്ങിയ ചുവരുകളിൽ പ്രകമ്പനം തീർത്തു. വേഗത കുറഞ്ഞുകുറഞ്ഞു ഒരാരവത്തോടെ അത് പ്ലാറ്റ്ഫോമിൽ വന്നുനിന്നു കിതച്ചു. വിയർപ്പിൽ നനഞ്ഞവശനായി ഒരു വിധം അയാൾ ട്രെയിനിനകത്തേക്ക് കയറിപ്പറ്റി. കിതപ്പിന്റെ ആക്കം കുറയ്ക്കാനായി അയാൾ തൊട്ടടുത്ത സീറ്റിൽ ഇരുന്നു. തീവണ്ടി പതിയെ അനങ്ങിത്തുടങ്ങി....

കണ്ണുകളെ മൂടിയ കറുത്തമറ പതിയെ മാഞ്ഞുതുടങ്ങി. ജനലിന പ്പുറത്ത് പിറകിലേക്കോടുന്ന മങ്ങിയ വെളിച്ചങ്ങൾ അയാൾ ചുറ്റും നോക്കി.

'ഇതിൽ ഒരാൾ പോലും ഇല്ലല്ലോ....!'

അയാൾ പാന്റിന്റെ പോക്കറ്റിൽ തപ്പി.

'ശേ ഫോണും എടുത്തില്ല....?'

ആരോ അപായച്ചങ്ങല വലിച്ചെന്ന മട്ടിൽ പൊടുന്നനെ ട്രെയിൻ നിന്നു;

പാളത്തിൽ വലിഞ്ഞിഴയുന്ന ഉരുക്കുചക്രങ്ങളുടെ ചീർത്ത നില വിളി. കുറെ സമയമായി എന്നായപ്പോൾ അയാൾ യാന്ത്രികമായി വണ്ടി യിൽനിന്നും പുറത്തിറങ്ങി. പാളത്തിലെ ഉരുളൻ ജില്ലിക്കല്ലുകൾ കാലിൽ തട്ടി വേദനിക്കുന്നുണ്ട്. എങ്കിലും അയാൾ മുന്നോട്ടുനടന്നു. കറ തീർന്ന ഇരുട്ടിൽ അരണ്ട നിലാവ് ഒട്ടും ആശ്വാസം നല്കിയില്ല. കുറച്ച് ദൂരത്തിൽ വെളിച്ചത്തിന്റെ ഒരു തുണ്ട് അയാൾ കണ്ടെത്തി. ചുറ്റും തിങ്ങിനിറഞ്ഞ കറുപ്പിന്റെ ചങ്ങലക്കെട്ടിൽനിന്ന് സ്വയം ഊരിയെടുക്കാനായി അയാൾ അതിനെ ലക്ഷ്യമാക്കി നടന്നു.

നിലാവിന്റെ പുകമറയിലൂടെ ഒരു രൂപം തനിക്കെതിരെ നടന്നടു ക്കുന്നതായി അയാൾക്ക് തോന്നി. ഒരു പെൺകുട്ടി....

"കുട്ടീ.... ഒന്ന് ചോദിച്ചോട്ടെ? ഇതേതാ സ്ഥലം?"

ഇരുട്ടിൽ അവ്യക്തമായ ആ രൂപം ഇമവെട്ടുന്ന വേഗത്തിൽ പുക യ്ക്കുള്ളിലേക്ക് മറഞ്ഞു.

ഒരു നിമിഷം തരിച്ചുനിന്ന അയാളുടെ കാതിലേക്കു പെട്ടെന്ന് എവി ടെനിന്നോ ഒരു കാക്കയുടെ കരച്ചിൽ അലയടിച്ചെത്തി. അസഹ്യമായ നിലവിളി. യാന്ത്രികമായി അയാൾ ശബ്ദംകേട്ട ദിക്കിലേക്ക് കുതിച്ചു. ദൂരെ വെളിച്ചത്തിന്റെ തീവ്രത കൂടിവന്നു. സർവ്വശക്തിയുമെടുത്ത് അയാൾ ഓടി. തെരുവിന്റെ അറ്റത്ത് നിറഞ്ഞു കത്തുന്ന നിയോൺ വെളി ച്ചത്തിന്റെ തുരുത്തിൽ നൂറുകണക്കിന് കാക്കകൾ. ഇരുട്ടിലൂടെ പറ ന്നെത്തി അവ വെളിച്ചത്തിനു ചുറ്റും ആർത്തലച്ചുകൊണ്ടിരിക്കുന്നു. അയാൾ ഒരിക്കലേ നോക്കിയുള്ളൂ....

ഇരുട്ടിനെ കീഴടക്കിയ കാക്കക്കൂട്ടങ്ങൾക്കിടയിൽ കൊത്തിപ്പറിച്ച കാകന്റെ ചോരയൊലിപ്പിക്കുന്ന ശരീരം.

ഭാഗം രണ്ട്

കവിതകൾ

കുഴിനഖം

ആതിര മുരളീധരൻ

അമ്മേന്റെ നഖം കൊള്ളൂല്ലമ്മാ,
ചളിക്കുണ്ട് പോലെയാ!
ഞെക്കിയാ ചലമൊലിക്കും
കെട്ട മണം വരും
കുഴിനഖം!

ഇളയോള് മുഖം ചുളിക്കേം
മൂത്തോള്, അമ്മയെന്തിനാമ്മാ
അത്താഴം കഴിക്കാനിരിക്കുന്നേടത്തൂന്ന്
നഖത്തിമ്മേ ഞെക്കിപ്പീച്ചി
ചലം ചീറ്റിക്കുന്നേന്ന്
ഒച്ചയിടുകേം ചെയ്തപ്പോ
തെയ്യാമ്മയ്ക്ക് നഖത്തിന്റുള്ളീന്നൊരു
കുത്തലാഞ്ഞ് മേപ്പോട്ട് കേറി....

തൊണ്ടിന്റൊപ്പം തല്ലിച്ചീഞ്ഞഴുകിയ
കുഴിനഖം ബാധിച്ച
പതിനെട്ട് നഖങ്ങളും
ഒരേപോലെ നീറി....

പഴുപ്പ് കേറാതെ ബാക്കിയുള്ള
രണ്ട് നഖങ്ങൾ തടവി
തെയ്യാമ്മ അടുക്കളപ്പുറത്തേക്ക്
ഒലിച്ച് പോയി....

പച്ചച്ചോററച്ച് പതിനെട്ട് ചോറുരുളകളാക്കി
നഖത്തിൽ പൊതിഞ്ഞ്
കൈയും കാലും ഇരുട്ടിലേക്ക് നീട്ടി അവളിരുന്നു

മുറ്റത്തൂന്ന് ഇരുട്ട് പതിയെ
പടിയോളം കേറി നിന്ന്
തെയ്യാമ്മേന്ന് വിളിച്ചു!
തെയ്യാമ്മയ്ക്ക് പിൻ കഴുത്തിലൊരു
ഞരമ്പ് പിടച്ച് കേറി.
തെയ്യാമ്മ നിഗൂഢമായിച്ചിരിച്ചു.

ഇരുട്ട് ഒന്നേന്നെണ്ണിത്തുടങ്ങി,
പതിനെട്ട് വിരലിലും തൊട്ട്
പത്തൊമ്പതാമത്തെ
നഖത്തിൽ ഒരു ഉമ്മ നട്ടു.

ഉമ്മത്തടങ്ങൾ പഴുത്ത് നീറി
എപ്പോഴുമയാളെക്കുറിച്ചോർമ്മിപ്പിക്കും.
അപ്പോഴൊക്കെയും തെയ്യാമ്മ ചിരിക്കും
നിഗൂഢമായിച്ചിരിക്കും
മറ്റാർക്കുമറിയാത്ത
ഉമ്മരഹസ്യങ്ങളെ ഉള്ളിലൊളിപ്പിച്ച് ചിരിക്കും

****

പത്തൊമ്പതാം വിരലിലും
ഉമ്മ നട്ടുമുളപ്പിച്ചതിന്റെ പിറ്റേന്ന്
തെയ്യാമ്മ ചിരിക്കാതായി.

ഇനിയൊരുമ്മ ബാക്കിയില്ലല്ലോയെന്നോർത്ത്
തെയ്യാമ്മയ്ക്ക് ഉള്ള് പഴുത്തു
തെയ്യാമ്മ കരഞ്ഞു
കാറിക്കീറിക്കരഞ്ഞു

കുഴിനഖം പഴുത്തിട്ടാന്ന് എല്ലാരും പറഞ്ഞു
ഉള്ള് പഴുത്തിട്ടാന്ന്
തെയ്യാമ്മ പറഞ്ഞേ ഇല്ല

ദൈവത്തിന്റെ ആത്മഹത്യ

ജിഷ സി ചാലിൽ

അങ്ങനെയാണ് ദൈവം ഭൂമിയിലിറങ്ങിയത്.
ആദ്യമവൻ ദൂതന്മാരെയും പുത്രനെയുമയച്ചു.
ഞങ്ങളവർക്ക് അറ്റം കൂർത്ത കല്ലും
മരക്കുരിശും നൽകി.
പിന്നെയാണ്, ദൈവം നേരിട്ടിറങ്ങിയത്;
സൃഷ്ടി കർമ്മത്തിനു ശേഷമുള്ള
ആദ്യ സന്ദർശനം.
തെരുവിൽ ചൊറി മാന്തി നില്ക്കുന്ന
ചെക്കനെക്കണ്ട്
ദൈവം കണ്ണുപൊത്തി.
വേശ്യാലയത്തിന്റെ മൂലയിൽ
വയറൊട്ടിയ നിലവിളി
കുഞ്ഞൊച്ചയിൽ വലിഞ്ഞു മുറുകുന്നു.
ദൈവം മൃദുവായി അവനെ തൊട്ടു;
നിശ്ശബ്ദതയിൽ ഒരു താഴ്വാരമുണ്ടായി.
തലയിലേക്ക് ഒരു തുണി വലിച്ചിട്ട്
ദൈവം നാലുപാടും നോക്കി...
പതിയെ കതകിന് മുട്ടി...
(ദൈവം സൃഷ്ടിച്ച പുരുഷനും
പുരുഷൻ സൃഷ്ടിച്ച ദൈവത്തിനും
പെണ്ണെന്ന ദൃഷ്ടി
ഉഷ്ണിക്കുന്ന രക്തത്തെക്കുറിച്ചുള്ള
ഓർമ്മ നൽകുന്നു)

പിന്നെയവൻ ദേവാലയ മുറ്റത്തെത്തി,
കൈയിൽ പൂക്കളേന്തിയ കുട്ടികളെ കണ്ടു.
ദർശനത്തിന് 'ഭക്തർ' തിരക്കു കൂട്ടുന്നു....
ചിലർ വീഴുന്നു...
ആദ്യദർശനത്തിനു കൊതിക്കുന്നവർ
വീണു കിടക്കുന്നവരെ ചവിട്ടി മുന്നോട്ട്....
ദൈവം കോൾമയിർക്കൊണ്ടു;
കൈകളുയർത്തി വിളിച്ചു പറഞ്ഞു,
"ഇതാ ഞാനിവിടെയുണ്ട്"
അവർ തിരിഞ്ഞുനിന്ന്
വില പേശിത്തുടങ്ങി....
പൂജ്യത്തിൽ നിന്നും കോടികളിലേക്കും
പിന്നെയും പൂജ്യത്തിലേക്കും...
ദൈവത്തിന്റെ വില അങ്ങനെ.... അങ്ങനെ...
ആരും കീഴടങ്ങാതെ വന്നപ്പോൾ
ഒരു കൈയിലവർ ശൂലമെടുത്തു;
മറുകൈയിൽ പൊൻകുരിശും
(മരക്കുരിശ് താങ്ങാനുള്ള കരുത്ത്
മനുഷ്യനെന്നേ നഷ്ടപ്പെട്ടു...)
കാലു കൊണ്ട് കല്ലെടുക്കാൻ
തുനിഞ്ഞപ്പോൾ
പാവം! ദൈവം ഭയന്നോടി!
രക്ഷയില്ലാതെ വന്നപ്പോൾ
മുന്നിൽ കണ്ട കടലിലേക്കെടുത്തുചാടി.
എവിടെയോ കുമിളകൾ കെട്ടടങ്ങി...
പിറ്റേന്ന്,
പത്രത്തിലെ പ്രധാന വാർത്ത ഇതായിരുന്നു;
"ദൈവം കടലിൽ ചാടി ആത്മഹത്യ."
ഓരോ പേജിലും, ആയുധം മറച്ചുവെച്ച്
മാറത്തടിച്ചു നിലവിളിക്കുന്ന
'ഭക്തരുടെ' ഫോട്ടോയും....!

എട്ടുകാലിക്കുഞ്ഞുങ്ങൾ

ദേവികാ മേനോൻ

എട്ടുകാലിക്കുഞ്ഞുങ്ങൾ തള്ള എട്ടുകാലിയെ-
ത്തിന്നാണ് വളരുക എന്ന് നിങ്ങൾ കേട്ടിട്ടുണ്ടോ?
ഞാൻ കേട്ടിട്ടുണ്ട്.
'തള്ളേത്തിന്നു' വളരുന്ന എട്ടുകാലി-
ക്കുഞ്ഞുങ്ങളെ നിങ്ങൾ കണ്ടിട്ടുണ്ടോ?
ഞാൻ കണ്ടിട്ടില്ല.
സങ്കൽപ്പിച്ചു നോക്കിയിട്ടുണ്ട്
ആദ്യം കുഞ്ഞുവായകൊണ്ടവ
തള്ളയുടെ കാലാവും തിന്നുക
അപ്പോൾ തള്ള എട്ടുകാലി
വാത്സല്യത്തോടെ ചിരിക്കും
എട്ടുകാലും അവ തിന്നുതിന്നു,
പള്ളയെത്തുമ്പോഴേക്കും വലിയ പൂപ്പൽപോലുള്ള
മുട്ട ചുമന്നു നടന്നതും, അതിന്റെ ക്ലേശവും
ഓരോ എട്ടു കുഞ്ഞിക്കാലുകളും
മുട്ടപൊട്ടിച്ചു പുറത്തു ചാടുമ്പോഴുണ്ടായ
ആനന്ദവുമൊക്കെ തള്ള പറഞ്ഞുതീർക്കും.
കാലുതിന്നു വലുതായ വായകൊണ്ടവ
പിന്നെ പള്ളയോടടുക്കും, പള്ളയിൽ കടിക്കുമ്പോൾ
കുഞ്ഞരിപ്പല്ലുകൾ വിറയ്ക്കും,
ചിലവയ്ക്കു ചൂടുതന്ന നീര്
നാവിൽ മുട്ടുമ്പോൾ 'ചെകിടിക്കും'
ചിലതിനൊന്നു പൊള്ളും ചെറുതായ്.

തള്ളയപ്പോൾ അവയെ ഉറങ്ങാൻ കിടത്തും.
ഉറക്കമുണരുന്നതേ വിശന്നു കരഞ്ഞാണ്.
വാവിട്ടു കരഞ്ഞു ഓടിനടക്കുമ്പോൾ
തള്ള എട്ടുകാലി മാടിവിളിക്കും,
ഉള്ളുകാർന്നു പൊള്ളയായ വയറിന്റെ
തുകലിനുള്ളിൽ ചേർത്തുപിടിക്കും.
കഥകൾ പറയും
'ഇനി വിശക്കുമ്പോൾ വായാണ്–
മക്കളേ ബാക്കിയതുകൊണ്ടു,
വലനെയ്തു കൂടുണ്ടാക്കുന്ന വിദ്യ
'അമ്മ പറഞ്ഞുതരാ'മെന്നു പറയുന്ന
തള്ളയുടെ ചുറ്റുമെട്ടുകാലിക്കുഞ്ഞുങ്ങൾ
കൂടിനിന്ന് ക്ഷമയോടെയെല്ലാം കേട്ട് പഠിക്കും.
വയറുവിശന്നു കാളുമ്പോൾ കുഞ്ഞരിപ്പല്ലുകൾ
കിരുകിരുക്കും വീണ്ടും.
പക്ഷേയിത്തവണ അവർ ചോദിക്കും –
"അമ്മേ....?'
'കണ്ണുകൾ ബാക്കിവെക്കുക
നിങ്ങളെക്കാണാ'നെന്നുമാത്രം
എട്ടുകാലിത്തള്ള മറുപടിയേകും.
വായുംതിന്നുതീർത്ത എട്ടുകാലിക്കുഞ്ഞുങ്ങൾ
പിന്നെ, ചുറ്റും മണ്ടിപ്പരതും
രണ്ടു നിറഞ്ഞകണ്ണുകൾ
മിഴിഞ്ഞനാഥമായി കിടക്കും.
അപ്പോളാ വയറ്റിലെ തികട്ടലവയ്ക്കു
തലയിൽ മുട്ടും.
തലയുമുട്ടലും ദേഹം മുഴുവനും
തികട്ടി മാറിയും.
ശ്വാസംമുട്ടി തലപെരുത്തു കയറി–
യവർ ചുക്കിലിക്കൂട്ടിലോടി നടക്കും.
കൂനനുറുമ്പുകൾ കൂടുകയറി
കണ്ണുചുമന്നു കടത്തും.

ഇത്രയുമെനിക്ക് പറയാനാകും. പക്ഷേ,
പുതിയ വലകൾ നെയ്യുവാനുള്ള പശ
അവയെപ്പോഴാണ് നേടുകയെന്ന്
എനിക്കറിയില്ല.

അവശേഷിക്കുന്ന ചുവർ ചിത്രങ്ങൾ

ശ്രുതി ശ്രീകുമാർ

വിവാഹ ഫോട്ടോയിൽ നിന്ന് അതിയാനെ
മാത്രം നവീകരിച്ച് ചുവരിലേക്ക് തൂക്കുമ്പോൾ
നെഞ്ചുങ്കൂട് പൊളിച്ചൊരാണി ഉള്ളിലെവിടെയോ തറഞ്ഞു.
പൊലകുളിക്കൊടുവിൽ അമ്മമാത്രം അവശേഷിച്ചു.
ഒരു വൈയ്യുന്നേരം തിളയ്ക്കുന്ന വെള്ളത്തിലേക്ക്
അവസാനത്തെ അരിമണിയും ഇടം പിടിക്കുമ്പോൾ,
ചെല്ലാനത്തെ മൂത്തോൾടെ വീട്ടിലൊരിടം
അമ്മയും കണ്ടെത്തി.
നേർത്ത ഇടവേളകളിൽ വിശന്ന് മോങ്ങുന്ന
നാലര വയസ്സുകാരന്റെ തളർച്ച നിഴലിച്ചതും
പ്രവർത്തനരഹിതമായൊരു യന്ത്രം പോലെയായി വീട്.
ഗ്രീസുപറ്റിയ കൊറേ ഷർട്ടുകൾ വീട്ടിൽ പലേടത്തും
തിരുകിവച്ചിട്ടെന്ത് കാര്യം? മുഷിഞ്ഞാമണം
ഓർമ്മകൾ തികട്ടുമെന്നല്ലാതെ.
അന്വേഷണങ്ങൾ ഇല്ലാതായപ്പോൾ
ണിങ്... ണിങ് ശബ്ദങ്ങളുടെ ഒച്ച താനേ
നിലച്ചു..
പാലും പത്രവും സൈക്കിൾ കൊട്ടയിലെ
ആവോലിയും മത്തിയുമൊക്കെ ഈ വഴിയിപ്പോൾ
മറന്നു കാണണം.
കിട്ടില്ലെന്നുറപ്പിച്ച് കടക്കാരും എഴുതിത്തള്ളീന്ന്
കരുതി.
അന്നേ രാത്രി വാതിലടയ്ക്കാനൊരുങ്ങുമ്പോ

മുന്നിലൊരു വഷളൻ ചിരിയുമായി
ഗോവിന്ദൻ!
അയാൾ അടുത്തേക്ക് വരുമ്പോ
പലിശക്കാശിനൊരുത്തരം തേടി പല വഴിക്കാണ്
ചിന്തകൾ പാഞ്ഞത്.
അന്നലസമായുടുത്തൊരു നീല ഷിഫോൺ
സാരിക്കുള്ളിലൂടയാൾ മറ്റൊരു വഴി കണ്ടെത്തി.
നിശ്ചലം...
ഒരു നെടുവീർപ്പിനൊടുവിൽ വിയർപ്പൊഴുകി
തൊണ്ടക്കുഴിയിലെത്തുന്നു,
മാറീന്ന് സാരിത്തലപ്പ് പൊടുന്നനെ
നിലം പതിക്കുന്നു.
ചുണ്ടുകളമർത്തി കുളയട്ടയെപ്പോലൊരാൾ
ചോരയൂറ്റുന്നു.
ഒട്ടിയ വയറിന്മേൽ തെളിയാത്ത ഭൂപടങ്ങൾ തീർക്കുന്നു.
കഴുത്തുനീട്ടി കണ്ണും തുറിച്ച് വിശപ്പിലേക്ക്
മുഖം പൂഴ്ത്തുമ്പോഴും വഴി പിഴച്ചെങ്ങാനും
ചൊമരിലെ ചിത്രത്തിൽ കണ്ണുടക്കാതിരിക്കാൻ
പാടുപെട്ടു..

പിരാന്തരുടെ പാട്ടുപുത്തോം

ഹരിപ്രിയ സി

മാറിലെ അർബുദമുഴോളെ
തടവിയിരിക്കെ
അമ്മ കഥയില്ലാത്തോര്ടെ കഥ പറേണ്
ആ കഥകളേലെന്നേം അമ്മേനേം ആരോ വേരോടെ പിഴുതെറിയണ്!

കെണറുവെള്ളത്തേല്
പൊന്തിക്കിടന്ന അപ്പന്റെ ശവം
എന്റെ വാറുപൊട്ടിയ പാരഗൺ ചെരുപ്പിനെ നോക്കി കണ്ണുരുട്ടണ്

ചാവുനെലങ്ങളില് ചായസൽക്കാരം നടത്തണ തൈവങ്ങള്
അമ്മേന്റെ അടിപ്പാവാടേടെ ചരട് വലിച്ചഴിച്ച് ചിരിക്കെണ്

ബാർസോപ്പിന്റെ വാടയൊള്ള
കൊളത്തിന്റെ കരേൽ
മോന്തയൂരി മരത്തേൽ തൂക്കിയിട്ട് ഞാള് രണ്ടാളും
കുളിച്ചങ്ങനെയിരിക്കുമ്പം
പൊട്ടിച്ചിരിച്ചുംകൊണ്ടൊരാള് ഞാളെ
മൊഖമൂരിയെടുത്ത് വിലയ്ക്ക് വെക്കണ്

ചൊറിയണവള്ളിയേല് കാല് കുടുങ്ങി
കരിക്കലത്തിൽ ഉടല് കുടുങ്ങി
മിണ്ടാണ്ടിരിക്കലുകളിൽ കുടിവെച്ച്
അമ്മേന്റെ കോതാത്ത തലമുടിമേൽ

ഞാൻ പേൻകുഞ്ഞോളം ചെറുതായി ഒളിച്ചിരിക്കും!

ഒരുസം എന്നേം അമ്മ ചീകിക്കൊല്ലും
ഒറ്റശബ്ദംകൊണ്ട് ചാവാതെ അമ്മേനെ ഞാൻ ഞെളിപിരികൊള്ളിക്കും
അമ്മേന്റെ കറുത്ത ചുണ്ടേലെ ചോരവറ്റണവരെ
പ്രാക്കുകളുടെ അക്ഷരമാല ഞാൻ കേട്ടിരുന്നു പഠിക്കും.

അമ്മേന്റെ മുലക്കണ്ണ് ചുരുങ്ങുമ്പം
കാലന്റെ കയറ് നരച്ചുപോവുമ്പം
അങ്ങാരുടെ കാല് വിണ്ടുപൊട്ടുമ്പം
ഞാൻ ഭൂമീടെ കഴുത്തുഞെരിക്കും

മണ്ണും മനുഷ്യരും പല്ലുറുമ്മും
ഞാൻ അവരുടെ പല്ല് പറിക്കും
പാഠപുസ്തകങ്ങളിലെ അക്ഷരങ്ങളെ മായ്ച്ചുകളഞ്ഞിട്ട് ചത്ത
ചിലന്തികളെ പതിച്ചുവെക്കും.

അമ്മേന്റെ വിളക്കിൽ ഞാൻ ഇരുട്ട് കത്തിക്കും
ഉറുമ്പരിക്കുംപോലെ അമ്മേന്റെ മൊഴേൽ ഞാനുമ്മവയ്ക്കും!

കവിതക്കായൽ
(ഡി വിനയചന്ദ്രൻ)

അരുൺകുമാർ അന്നൂർ

അഷ്ടമുടിക്കായലിന്റെ താളമേഘത്തുടിപ്പിലൊ-
രർദ്ധ ചന്ദ്രക്കല മിന്നിത്തുടിച്ചുപോകെ
മദിപ്പിക്കും സുഗന്ധത്താൽ യക്ഷികളെ വിരുന്നൂട്ടും
ഏഴിലംപാലകളുടെ കനവിനുള്ളിൽ
ഉന്മാദമായൊരു വരിയൂറിവന്നു പുലരിയിൽ
ഇന്ദ്രജാലവിലാസമായതു വിടർന്നു

കല്ലടയ്ക്കു പടിഞ്ഞാറ് കല്ലുവച്ച സാഹിത്യത്തിൻ
കരുണയിലഷ്ടമുടി ഇഷ്ടമുടിയായ്
അന്തമില്ലാ പ്രപഞ്ചത്തിലക്ഷരമായ് വെളിച്ചമായ്
പ്രഭ നീട്ടും കവിതയെയവൻ വരിച്ചു
അവളുടെയധരങ്ങൾ മൊത്തിമൊത്തിക്കുടിച്ചവ-
നഴകിന്റെ പൈമ്പാലല്ലോ നമുക്കുതന്നു
അവനല്ലോ നിലാവത്ത് കാടിന്നകം കാട്ടിത്തന്നു
അവനല്ലോ കൈരളിക്ക് വിനയമായി

നാട്ടുമൊഴിത്തിളക്കങ്ങൾ, പഴമ്പാട്ടിൻ മധുരങ്ങൾ
ബധിരന്മാരെതിർക്കുന്ന തപ്പുതാളങ്ങൾ
കാലവർഷക്കുതിപ്പുകൾ, നരവംശക്കിതപ്പുകൾ
നശിച്ചിട്ടുമുയിർക്കുന്ന പ്രതിഷേധങ്ങൾ
ഒറ്റയായ്പ്പോകും ദുഃഖഹൃദയത്തിൻ വിശപ്പുകൾ
ആരുംകാണാക്കരളിന്റെ നെടുവീർപ്പുകൾ
അവനല്ലോ കടലാസിൽ പകർന്നു ഹാ! മലയാളി-

മലയാളച്ചന്തം കണ്ടു നിർവൃതികൊണ്ടു!

വീട്ടിലല്ല, നാട്ടിലല്ല, പാരിലല്ല, പ്രപഞ്ചത്തിൻ
തരികളിലെമ്പാടുമാ വിലാസം കാണാം
പൊട്ടക്കിണർത്തവളകൾ പൊട്ടിപ്പൊട്ടിക്കരയുമ്പോൾ
അവനല്ലോ കവിതയ്ക്ക് ചിലങ്ക കെട്ടി
സമസ്തലോകത്തിനുമാ സഫലമാമുന്മാദത്തിൽ
ജീവിതമേ തോന്നലെന്ന ബോധ്യമുണ്ടായി

അലഞ്ഞുതിരിയുന്നോർക്ക് കവിതയേ ഗേഹമെന്ന
പൊരുളല്ലോ പാടിത്തന്നു സ്നേഹസുന്ദരൻ
അലസത വിനാശത്തിൻ വാതിലെന്ന വിവേകത്തി-
ലവൻ നിന്നു; ഉത്സാഹത്തിൻ കവിത് നീട്ടി
കരുതിക്കൊതിച്ചു ചില വിരുതന്മാർ വിതച്ചൊരു
വിത്തെല്ലാമേ കാകന്മാരോ കവർന്നുപോയീ
അയത്നമായ്, ലളിതമായ് അവൻ നട്ട വിത്തൊക്കെയും
നൂറുമേനി വിളഞ്ഞിതാ സൗവർണ്ണമായീ!

ദൂരെ ദൂരെ വിനാശത്തിൻ പെരിയ കാൽപ്പെരുമാറ്റം
കേൾക്കുന്തോറും നിശ്ചലമാം ഞരമ്പുകളെ
ചോരയേറ്റിത്തുടിപ്പിച്ചു ശ്വാസവേഗം ശരിയാക്കി
പ്രണയവികാരത്താലേ വിശുദ്ധമാക്കി
കവിതയെ വെറുക്കുന്ന, കനവിനെ വെറുക്കുന്ന
സകലജനത്തിനോടുമിങ്ങനെ ചൊല്ലി
ഒരിക്കൽ നാമുലകിതിൽ തനിച്ചാകും നേരത്തെല്ലാം
അക്ഷരമേ കൂട്ടിനുള്ളൂ വാക്ക് ദൈവതം!

സ്വരാക്ഷരക്കവിത

മഹി ഹരിപ്പാട്

അ

അഹങ്കാരമൊട്ടുമേയില്ലാതെ ജീവിക്കാൻ
അഹമെന്ന ഭാവമൊക്കെ ത്യജിക്ക നാം...
അമ്മതന്നുദരത്തിൽ അണുവായുരുത്തു ഞാൻ
അഞ്ചുകിത ദേഹമായി ധരയിൽപ്പിറക്കുവാൻ...

ആ

ആദ്യാക്ഷരത്തിന്റെ നാന്ദി കുറിക്കുവാൻ
ആചാര്യ ശ്രേഷ്ഠന്റെ മുന്നിലായി നിൽക്കുന്നു...
ആഹ്ലാദപൂർവ്വമായി ഗുരുശ്രേഷ്ഠ വര്യന്റെ
ആ പാദപങ്കജം വന്ദിച്ചിടുന്നു ഞാൻ...

ഇ

ഇന്നലെപ്പെയ്തൊരു മഞ്ഞിൻ കണങ്ങളാൽ
ഇന്ദീവരപ്പൂക്കൾ വിടർന്നു നിന്നു...
ഇമ്പമാം നിന്നുടെ സ്വരരാഗ സുധകേട്ടു
ഇന്ദ്രിയങ്ങളെല്ലാം ഉണർന്നു നിന്നു...

ഈ

ഈശ്വരൻതന്ന വരപ്രസാദത്താൽ നീ
ഈ വണ്ണമിങ്ങനെ പാടിടുമ്പോൾ...
ഈരടികേട്ടിട്ട് ഈശാന ദിക്കിലായി
ഈശാനൻപോലും സ്വയം മറന്നീടുന്നു...

ഉ

ഉത്തുംഗശൃംഗത്തിൽ വാഴും മഹേശൻ
ഉമയോടുകൂടി പരിലസിച്ചീടുമ്പോൾ...
ഉത്തമപുത്രന്മാർ ഫലത്തിനായി കലഹിച്ചു
ഉത്തരംതേടി യാത്രയായി വേലവൻ...

ഊ

ഊഴിയെ വലംവെച്ചു വന്നൊരു ദിനകരൻ
ഊളിയിടുന്നിതാ ആഴിയിലേക്കായി...
ഊർവ്വസ്ഥി തച്ചുതകർന്നുകിടന്നിട്ട്
ഊർദ്ധശ്വാസം വലിക്കുന്നു ദുര്യോധനൻ...

ഋ

ഋഗ്വേദമൊക്കെയും സ്വായത്തമാക്കിയ
ഋഷിമാരുപോലും വലയുന്നു പാരിൽ...
ഋഷഭേശ്വരനെ കൈകൂപ്പി സ്തുതിചെയ്താൽ
ഋതുഭേദമൊക്കെയും മാറിമറിഞ്ഞിടും...

എ

എറുമ്പുകളെപ്പോലെയാകണം മാനുഷ്യർ
എടുത്തുകൊട്ടിലിൽ സൂക്ഷിക്കധാന്യങ്ങൾ...
എട്ടുകാലികെട്ടും വലപോൽ ദുരിതങ്ങൾ
എപ്പോഴും ചുറ്റിലും നിൽപ്പുണ്ടെന്നോർക്കേണം...

ഏ

ഏകാഗ്രമായി വിദ്യ സ്വായത്തമാക്കുവാൻ ഏകലവ്യനെപ്പോലെ നീ മാറേണം..
ഏകദന്തൻ തുണ ചെയ്തൊന്നു കാക്കുവാൻ
ഏത്തമിട്ടു നീ നമസ്കരിച്ചീടേണം...

ഐ

ഐന്ദ്രജാലികരാം നക്തഞ്ചരന്മാരെ
ഐക്യദം കാലപുരിക്കങ്ങയക്കുവാൻ...
ഐരാവണത്തോൻ പടപ്പുറപ്പാടിനായി
ഐരാവതത്തിൻ പുറത്തെഴുന്നള്ളുന്നു...

ഒ

ഒച്ചയിട്ടോടിയടുത്ത സുഗ്രീവനെ ഒറ്റച്ചവിട്ടാലെ വീഴ്ത്തുന്നു സോദരൻ...

ഒളിക്കുന്നു മരത്തിന്റെ പിന്നിലായി രഘുവരൻ
ഒളിയമ്പിനാൽ വധം ചെയ്യുന്നു ബാലിയെ...

ഓ
ഓച്ചിറനാഥനെ കാണുവാനായി
ഓടംതുഴഞ്ഞു ഞാൻ പോയിടുമ്പോൾ...
ഓങ്കാര മന്ത്രത്തിൻ ധ്വനിയാലെയിന്ന്
ഓടിയൊളിക്കുന്നു എന്നിലെ അഴലെല്ലാം...

ഔ
ഔചിത്യമില്ലാതെ ചെയ്യും പ്രവർത്തിയാൽ
ഔഷധം ജീവിതഭാഗമാക്കുന്നു നാം...
ഔഷധമായിക്കണ്ട് അന്നം കഴിച്ചീടിൽ
ഔഷധക്കൂട്ടുകളൊക്കെയൊഴിച്ചിടാം...

അം
അംഗജൻ തന്നുടെ കരങ്ങളാലിന്ന്
അംഗചചാപം തൊടുത്തിടുമ്പോൾ...
അംഗാരക മണിമോതിരം ചാർത്തുവാൻ
അംഗനേ നിന്നെ ഞാൻ കാത്തിരിപ്പൂ...

അഹം = ഞാൻ
അഞ്ചുകിതം = ഉടുപ്പ്
നാന്ദി = ആരംഭം, തുടക്കം
ഇന്ദീവരം = നീലത്താമര, കരിങ്കൂവളം
ഈശാന ദിക്ക് = വടക്ക് കിഴക്ക്
ഈശാനൻ = ശിവൻ
ഊർവ്വസ്ഥി = തുടയെല്ല്
ഋഷഭേശ്വരൻ = ശിവൻ
എടുത്തു കൊട്ടിൽ = കലവറ
ഏകദന്തൻ = ഗണപതി
നക്തഞ്ചരന്മാർ = രാക്ഷസന്മാർ
ഐക്യദം = ഉടനെ, ഒരുമിച്ച്
ഐരാവണത്തോൻ = ഇന്ദ്രൻ
ഓടം = വള്ളം, തോണി
അംഗജൻ = കാമദേവൻ
അംഗചചാപം = കാമദേവന്റെ വില്ല്
അംഗാരകം = പവിഴം
അംഗന = സുന്ദരി

ഭീതി

അഖിലൻ ചെറുകോട്

കണ്ണുനീരും ചോരയും
കലർന്ന ഭൂവിടങ്ങളെത്ര
കണ്ടതാണ് വെറിപിടിച്ച
ലോകമേ, ചരിത്രമേ
ജീവനായ് കൊതിച്ച പിഞ്ച് -
കണ്ണുകൾ ഭയത്തിനാൽ
പകച്ച ദുരിതപർവ്വമേ
വിനാശ സംഭ്രമങ്ങളേ

നീ വിതച്ച ഭീതിയിൽ
പൊലിഞ്ഞുപോയ ജീവനിൽ,
ഒറ്റയായ് വിശന്നെരിഞ്ഞ്
നീട്ടിനിന്ന കൈകളിൽ,
ഉറ്റവർക്കുവേണ്ടി നീറി
അലയുമാ പുലമ്പലിൽ
വീടുപോൽ തകർന്നുപോയ
സ്വപ്നമറ്റ പ്രജ്ഞയിൽ

ചുറ്റിലും കുമിഞ്ഞിടുന്ന
രാസ വാതകങ്ങളിൽ,
പക്ഷികൾ പറന്നിടാത്ത
മേഘ ഗർജ്ജനങ്ങളിൽ
പച്ചയായ് തെറിച്ചുവീണ്

നീറി വേവുമുടലുകൾ
കുന്നുപോൽ കിടന്നിരുന്ന
നമ്മ ചത്തിടങ്ങളിൽ

ഇന്നലെ പുകഞ്ഞിരുന്ന-
ടുപ്പുകൾക്കു മീതെയായ്
ഛിന്നഭിന്നമായ് കിടന്നു
പാതിവെന്ത കൈപ്പടം
ഒപ്പമെപ്പൊഴും കുതിച്ച
കാലുകൾ തിരിച്ചറിഞ്ഞു
ഭിത്തികൾ ചതച്ചു കൊന്ന
കൂട്ടുകാരി തൻ ജഡം

കുഞ്ഞുകൈ കളിച്ചെറിഞ്ഞ
കോപ്പുകൾ കിടന്നതിന്റെ
ചുറ്റുമായ് തെരഞ്ഞവൾ
ഉടൽപ്പിറന്ന നൊമ്പരം..?
ശാന്തമായ് ഉറങ്ങുമാ
കുരുന്നു ദേഹമെത്ര മേൽ
ശീതമായുറഞ്ഞിരുന്നു
ചൂട്തിന്ന കാറ്റിലും..

ഭക്ഷ്യധാന്യമൊക്കെ വന്ന
വാഹനത്തിനോരമായ്
നിന്നവൾക്കുനേരെയായ്
കറങ്ങി വന്ന ക്യാമറ
നിഷ്കളങ്കമാം മുഖത്ത്
വന്നണഞ്ഞ ചിരികളിൽ
കെട്ടിനിന്ന സങ്കടങ്ങൾ
എത്ര വേദന പ്രദം

അച്ഛനമ്മ പെങ്ങളില്ല-
ഒറ്റയായ് *മലക്കവൾ
ക്രൂരമായ യുദ്ധമേ
നിനക്കു നേരെയാ ചിരി
എന്തു നീ കഴിച്ചതെന്ന
ചോദ്യ ഷെൽ പതിക്കവേ
ആ ചിരിക്കകത്തുനിന്ന്
പൊട്ടി വന്നു കണ്ണുനീർ.

അറ്റുപോയ വേരുകൾ
കരിഞ്ഞതിന്റെ പാടുകൾ
തകർത്ത പിഞ്ചുമാനസം
സഹിച്ചിടുന്നതെങ്ങനെ..
എന്തുനേടി നിങ്ങളാ
വെറുപ്പുതിന്ന കൈകളാൽ
കൊന്നുകൊന്നതിന്റെ മീതെ
വട്ടമിട്ട ശക്തികൾ...!

* *മലക്ക് – യുദ്ധഭൂമിയിൽ മാതാപിതാക്കളെ നഷ്ടപ്പെട്ട സിറിയയിലെ നിഷ്കളങ്കയായ പെൺകുട്ടി. അവളുടെ ചിരിയും കരച്ചിലും മാധ്യമ പ്രവർത്തകന്റെ ചോദ്യവും സമൂഹ മാധ്യമങ്ങളിലൂടെ ലോകം കണ്ടതാണ്.*

മരണവും അസത്യം

ഓയൂർ രഞ്ജിത്ത്

എല്ലാവരും ചിന്തകളും മരണംമാത്രം ജനിക്കാതെ എപ്പോഴും.
എല്ലാവരും സ്നേഹിക്കണം; വെറുപ്പിനെ നോക്കിനേരം.
എല്ലാവരും കാൽ മടക്കി മുന്നോട്ടു ജീവിതം നടുമടക്കി പിന്നോട്ട്.
എല്ലാവരും പ്രകാശത്തിൽ കണ്ണടച്ചിരുട്ടാക്കി മനസ്സ്.
എല്ലാവരും വലിയ സ്വപ്നം കാണുന്നു ഉണർന്നാൽ ജീവിതം.
എല്ലാവരും ധരിക്കുന്നു തെറ്റായിരുന്നു പലതും അടുത്തറിഞ്ഞാൽ
എല്ലാവരും കരുതുന്നു കാലം മുറിവുണക്കുമെന്ന് അക്ഷമയിൽ ചുരണ്ടി ചുരണ്ടി.
എല്ലാവരും പേടിച്ച് എന്നുവരുമെന്നോ എങ്ങനെയെന്നോ അറിയാത്ത മരണം.

പ്രണയലേഖനം

നിരഞ്ജന ആർ കെ

എന്റെ കണ്ണിൽ നിന്നും
നിന്റെ കണ്ണുകളിലേക്കുള്ള
കടലാഴങ്ങളിലേക്കാണ്
ഞാനെന്റെയെഴുത്തുവിട്ടത്

പിന്നെയും പിന്നെയും
നുരഞ്ഞു വരുന്ന അക്ഷരങ്ങളിൽ
നിനക്കുപ്പുമണക്കാനാവുന്നത്
അതുകൊണ്ടാണ്.

കളഞ്ഞുപോയ ഞാൻ

അതുല്യ എസ് ആനന്ദ്

ഇരുളടഞ്ഞ വഴിയിലെവിടെയോ
ഉറക്കം നടിച്ച നിന്നെ കണ്ടെത്തിയ സന്തോഷത്തിൽ
ഞാനാരാത്രിയിലഗാധമായുറങ്ങി.

ഉറക്കമുണർന്നപ്പോൾ
നീ കളഞ്ഞുപോയി
എങ്ങനെ കളഞ്ഞു?
എവിടെ കളഞ്ഞു?
എപ്പോൾ കളഞ്ഞു?

മുറിയിലെ ഷെൽഫിൽ;
തുണിയലമാരയിൽ;
അടുക്കള മൂലയിൽ;
പൂജാ മുറിയിൽ;
ഒടുവിൽ കുളിമുറിയിലും.
ഇല്ലാ... എങ്ങുമില്ല...

സന്ധ്യാ നേരമായെന്നാരോ
ഉറക്കെ പറയുന്നു.
ചിലപ്പോൾ സന്ധ്യാ നാമത്തിലുണ്ടെങ്കിലോ?
ഇല്ല...
കഴിക്കാൻ വിളമ്പിയ

ചോറിലുണ്ടങ്കിലോ?
ഇല്ലാ...അതിലുമില്ലാ...

ഉറങ്ങാൻ കിടക്കുന്ന ഷീറ്റിൽ ഉണ്ടെങ്കിലോ? അതിലുമില്ലാ.
ഉറങ്ങാനാകുന്നില്ലാ...എന്നാലും എപ്പോഴോ ഉറങ്ങി...
അവിടെ നീയുണ്ടായിരുന്നു...
നിന്നെ വീണ്ടുകിട്ടി...
ഉറക്കമുണർന്നപ്പോൾ വീണ്ടും കളഞ്ഞുപോയി .
ഉറക്കമുണർന്നു വന്നുനിന്നത്
കണ്ണാടിക്ക് മുന്നിൽ
നീ....... വീണ്ടുകിട്ടി...
കണ്ണാടിക്കപ്പുറം
ഒരു പുച്ഛമായി....

ബുൾഡോസറുകൾക്ക് ശേഷം

ജൗഹർ കെ അരൂർ

സ്കൂൾ ഗ്രൗണ്ട്
നിരത്താൻ വന്ന ബുൾഡോസറുകളുമായവൾ പ്രണയത്തിലായത്
ഒന്നാം ക്ലാസിൽ പഠിക്കുമ്പോഴാണ്.
പിന്നീടങ്ങോട്ട്
ബുൾഡോസറുകൾ
എവിടെക്കണ്ടാലും
നൂറ് നാവാണവൾക്ക്.
കരുത്തുറ്റ കൈകൾ,
കനമുള്ള ചക്രങ്ങൾ,
കടും മഞ്ഞ നിറം...
ഞൊടിയിടകൊണ്ട്
കുഴിയെടുക്കാൻ,
മലയിടിക്കാൻ,
മണ്ണു നിരത്താൻ......
അവളുടെ കുഞ്ഞു ഹൃദയം
ഓരോ ബുൾഡോസർ കാഴ്ചകളിലും
പൂവിട്ടു തുടങ്ങി
ബുൾഡോസറുകളവളെയൊരു പൂക്കാലമാക്കി.
ഇന്നലെയാണത് സംഭവിച്ചത്
പെരുന്നാളിന് വാങ്ങിയ
കുഞ്ഞുടുപ്പിനെ
ചവിട്ടി മെതിച്ചിന്നലെ
ബുൾഡോസറുകൾ

താണ്ഡവം തീർത്തു.
കളിപ്പാട്ടങ്ങൾ
തവിടു പൊടിയാക്കി,
കുഞ്ഞുടുപ്പുകൾ മണ്ണിലാഴ്ത്തി,
കഞ്ഞിക്കലങ്ങളെ
തട്ടി വീഴ്ത്തി,
കുടിലും തൊഴുത്തും
അയൽപക്കങ്ങളും
ചേർന്നൊരു
മൈതാനമാക്കി.
തണുപ്പിനെ ചെറുക്കാൻ
പുതപ്പോ,
മഴയെ ചെറുക്കാൻ
മേൽക്കൂരയോ
ഇല്ലാത്ത രാത്രികളിലവൾ
ഹൃദയം പൊട്ടി.
നിലയ്ക്കാത്ത നിലവിളികളിലവളുടെ
പ്രണയം എരിഞ്ഞൊടുങ്ങി
സ്വപ്നങ്ങളിലെ
ബുൾഡോസറൊരു
ഭീകരനായി.
വിരഹത്തിലാഴ്ന്നു
പോയവൾ
ബുൾഡോസറുകൾക്ക്
ശേഷമൊരു ശവപ്പറമ്പായി
കുഞ്ഞു ഹൃദയത്തിലൊരു
മുൾക്കാട് മാത്രം
ബാക്കിയായ്

നിഷേധിയായ കാമുകൻ

അന്ന ജോയി

പ്രണയിക്കാനെനിക്ക് നിന്നെ വേണമെന്ന്
അവനാരോടും പറഞ്ഞില്ല
നീയില്ലെങ്കി മരിച്ചുകളയുമെന്ന സാദ്ധ്യതകൾ
ആർക്കുമുന്നിലും നിരത്തിയില്ല
പ്രണയപ്പാട്ടുകൾ മൂളി
തണൽമരങ്ങൾക്ക് കീഴിൽ
സ്വപ്നജീവിയായില്ല
സുറുമ വരച്ച കണ്ണിൽ
കലഹത്തോടൊപ്പം പ്രണയത്തെയും
രണ്ടല്ലെന്ന മട്ടിൽ ചേർത്തുവെക്കുക മാത്രം ചെയ്ത്
കെട്ടിഘോഷിക്കലുകളില്ലാതെ
ഒരു ദിവസം അവൻ കാമുകനായി.

ആരെയാണവൻ പ്രണയിക്കുന്നതെന്ന്
ആരെയെങ്കിലും അവന് പ്രണയിക്കാനാവുമെന്ന്
ഒരിക്കലും കരുതിയിട്ടില്ലാത്തതിനാൽ
കാമുകനിലേക്കുള്ള അവന്റെ സ്വഭാവിക ഒഴുക്കിനെ
ഒരിക്കലും ഞങ്ങളറിഞ്ഞില്ല
എന്നത്തേയുംപോലെ അവൻ വഴക്കുണ്ടാക്കി,
എങ്കിലും ഇടിച്ചെതിരാളിയെ ചോരതുപ്പിച്ചില്ല
എല്ലോ പല്ലോ ഒടിച്ച് കോട്ടം വരുത്തീല്ല
ഫീസ് കൂട്ടിയേന് പിള്ളേരെയിറക്കി സമരംചെയ്തു
പക്ഷെ, പ്രിൻസിപ്പളച്ചനെ തെറി വിളിച്ചില്ല
രൂപക്കൂടിന്റെ ചില്ലേൽ മുദ്രാവാക്യമെഴുതിയില്ല

ടീച്ചറോട് വഴക്കൊണ്ടാക്കേം
ക്ലാസീന്നെറങ്ങിപ്പോവേം ചെയ്തു
പക്ഷേ, പുറംചട്ടകീറിയ പുസ്തകോക്കെ പൊതിയേം
പരീക്ഷേല് ജയിക്കേം ചെയ്തു.
എങ്കിലും
ഒരിക്കലും ചീവാത്ത മുടി ചീകിയൊതുക്കുമ്പൊ
ലൈബ്രറീപ്പോയി 'ഒരു സങ്കീർത്തനം പോലെ' എടുക്കുമ്പൊ
ഗാർഡനീ കുഞ്ഞാച്ചന്റെ ഒപ്പം
ചെടി നനയ്ക്കാൻ കൂടുമ്പൊ
സയൻസ് ലാബിൽ കേടായ മെഷീൻ
ആരും പറയാഞ്ഞിട്ടും
നന്നാക്കി കൊടുക്കുമ്പൊ,
ഒക്കെയൊക്കെ അവനൊളിച്ചുവെക്കുന്ന
പ്രേമത്തിന്റെ ചൂര്
അവനറിയാണ്ട് പുറത്തുചാടി.

ഒടുക്കം
വർഷാവസാന സ്കൂൾ മാഗസീനീന്ന്
"As spring kissess the flowers,
You kiss my love"
എന്നു തുടങ്ങുന്ന കവിത
അവന്റെയാണെന്ന്
ഞങ്ങളത്ഭുതപ്പെട്ടതിന്റെ തൊട്ടുപുറകേ
അഞ്ചാം നിലേലെ ലൈബ്രറി കെട്ടിടത്തിന്റെ മോളീന്ന്
കുഞ്ഞാച്ചന്റെ ഗാർഡനിലോട്ട്
ഒരു പൂമ്പാറ്റപ്പറക്കൽ പറക്കുന്നതുവരെ
താനൊരു കാമുകനല്ലെന്ന്
സത്യമായും ഞങ്ങളെ പറ്റിച്ച്
ജീവിതത്തിന്റെ ചങ്കില്
ചിതറിപ്പോയൊരു ചുവന്ന പൂവും വരച്ചിട്ട്
നിഷേധിയായ ആ കാമുകൻ
ജീവിതത്തീന്നുമിറങ്ങിപ്പോയി.

അവളിൽ മരമുടലെടുക്കുന്നു

ഹരിത എച്ച് ദാസ്

അഴിഞ്ഞമുടിയിഴകൾ
വാരിക്കെട്ടിയൊരുവൾ നടന്നുനീങ്ങുന്നു
നേർത്ത ആലസ്യത്തിനൊടുവിൽ
ചതഞ്ഞുപോയ നിരാശയെ
ഒപ്പിയെടുത്ത്,
ഇരുൾമൂടിയ മാറാല വകഞ്ഞുമാറ്റി
മുലയൂട്ടുന്നു.
കെട്ടടങ്ങാത്ത ചിരി
അവളിലവശേഷിക്കുന്നു.
ഭൂതത്താലും വർത്തമാനങ്ങളാലും
പകുക്കപ്പെട്ടവൾ അരിക് ചേർന്നൊഴുകുന്ന
പുഴയാവുന്നു.
മണ്ണിടങ്ങളിൽ നനവ് പടരുന്നു,
ഉള്ളാഴങ്ങളിൽ വേരിറങ്ങുന്നു.
ഒരു മരമുടലെടുക്കുന്നു
ഋതുഭേദമെന്യേ ഇല പൊഴിക്കുന്നു,
പാളികളായടർന്നു തുടങ്ങുന്നു,
തൊലിയുരിഞ്ഞു വരണ്ടുണങ്ങി
മറിഞ്ഞു വീഴുന്നു
അവൾ, മറിഞ്ഞു വീഴുന്നു.

ക്യൂവിലാണ്

അപർണ ചിത്രകം

ശരിയാണ്,
ലൈബ്രറി പുസ്തകമാണെന്നറിയാമായിരുന്നു.
ഡ്യൂ ഡേറ്റിനുമുമ്പ് തിരിച്ചുകൊടുക്കണമെന്ന്
അന്നേ പറഞ്ഞിരുന്നു.
മറിച്ചുനോക്കിയപ്പൊഴേ മടുത്തതാണ്.
കുറിച്ചെടുക്കാനൊന്നുമില്ലെന്നുറപ്പിച്ചതാണ്.
അകം പൊള്ളയാണെന്ന് ശപിച്ചുകൊണ്ടാണ്
എഴുന്നേറ്റ് പോന്നത്.
കൊണ്ടുവന്നത് തിരിച്ചേൽപ്പിക്കാൻ തന്നെയാണ്.
ചേർത്തുപിടിച്ച് ക്യൂ നിൽക്കുമ്പോൾ
അതെന്തോ പിറുപിറുക്കുന്നു.
ശരിക്കും വായിച്ചിരുന്നോയെന്ന്
കണ്ണ് നിറയ്ക്കുന്നു.
തൊട്ടുനോക്കാത്ത പുറങ്ങൾ കാട്ടി
പരിഭവിക്കുന്നു.
ഇനിയെപ്പോഴാണെന്ന്
മുഖം തിരിക്കുന്നു.
കളഞ്ഞ കാലത്തിന്റെ കണക്കുപുസ്തകം നോക്കി
മുന്നിൽ ലൈബ്രേറിയനിരിക്കുന്നു.
വിരലുകൾ അറിയാതെതന്നെ പിടി മുറുക്കുന്നുണ്ട്
വിട്ടുകൊടുക്കരുതെന്നോർമ്മിപ്പിക്കാൻ
ശ്വാസം ഇടയ്ക്കിടെ പുറത്തെത്തുന്നു
ആധിമൂത്ത രക്തം മേലാസകലം

നിലയില്ലാതെ പായുന്നു.
ഒന്ന് മനസ്സിലാക്കണം സർ
ശരിക്കും ഞാനിത് വായിച്ചിട്ടില്ല

തിരിച്ചുതരാൻ വയ്യ സർ
ഡേറ്റ് നീട്ടിത്തരണം.

ഇലക്കൊളുത്ത്

ആർദ്ര അക്ഷരി

മറന്നു വെച്ചവയത്രയും
ധ്യാനത്തിനിരിക്കുന്ന
മരത്തിന്റെ ഒരിലയടർത്തി കാറ്റ്
പുറപ്പെടുന്നതെനിക്ക് കേൾക്കാം.

തടയാതെ ചിതറാതെ
ഒഴുക്കിലയിലുറുമ്പു കണക്കെ-
യതെന്റെ മറവികളെയേറ്റി
തീരം തൊടുവിച്ചു.

ഒരു വിരൽത്തുമ്പ് നീട്ടിയാൽ മതി
അതിനരിച്ചുള്ളിലേക്ക് കയറാൻ
ഒരു കടിയുടെ തരിപ്പ് മതി
എന്നെ നീറ്റിപ്പുറത്തേക്ക് കുടയാൻ

പക്ഷേ, വിരൽത്തുമ്പ്
നീട്ടാതെ ഞാനും
എന്നെ നോവിക്കാതെ അവയും
അപരിചിതരായി നോക്കിനിന്നു.

മറന്ന് വെച്ചവയത്രയും
വെറും മറവികളല്ലെന്നും

മറന്നുവെച്ചവ തന്നെയാണെന്നുമിരിക്കെ
ആ മരത്തെയിപ്പോൾ എനിക്ക് കാണാം.

ഞരമ്പുകളോരോന്നും മാഞ്ഞു തീരാറായ
ഇലകളാണവിടം നിറയെ,
കാടായി മാറിയ കഥകളുടെ
അവസാന വാക്ക് പേറുന്നവ!

ഇരുപതുകാരൻ കടപ്പുറത്തിരിക്കുന്നത്

അലി അക്ബർ

ഇരുപതുകാരൻ കടപ്പുറത്തിരിക്കുന്നത്
ആരെയും കുറ്റം പറയാനല്ല,
പകലുറങ്ങുന്ന പുരകൾ കണ്ടു നടക്കാനല്ല.
ഭൂമി വെട്ടിപ്പിടിക്കുന്നതിനിടെ
കാലു നനച്ച് മുറിവുണക്കാനുമല്ല.
അലറി വരുന്ന ഓരോ തിരയും അകലുന്നത്,
കരയിൽ ഇനിയും ഒരുപാടുപേർ
ബാക്കിയുണ്ടെന്ന ഉറപ്പോടെയാണ്.

ഇരുപതുകാരൻ കടപ്പുറത്തിരിക്കുന്നത്
നഗരത്തിലെ ചമർപ്പുള്ള, ജീവനുള്ള ആത്മാവറിയാതെയല്ല.
പാപം കഴുകിക്കുളിച്ച് തിരിച്ചു നടക്കുമ്പോൾ,
ശവം മാത്രം ദഹിപ്പിച്ചു പരിചയമുള്ള കടൽ,
താൻ ചുമക്കുന്ന ഭാരം ഇറക്കിവെക്കാനിടമില്ലാതെ
കര കവിഞ്ഞൊഴുകാൻ ശ്രമിക്കുന്നത് കണ്ടുനിൽക്കാനാണ്...

ഇരുപതുകാരൻ കടപ്പുറത്തിരിക്കുന്നത്
ദൈവം തെറ്റുകാരനായതുകൊണ്ടല്ല.
വിധിയുടെ നിലവിളി ചുമക്കാനാകുന്ന
വീടും അയൽപക്കവും നഷ്ടമായതുകൊണ്ടാവാം.

ഇരുപതുകാരൻ കടപ്പുറത്തിരിക്കുന്നത്
പ്രണയത്തിന്റെ തിരയാവർത്തനങ്ങളിൽ

പിടയുന്ന അരമുറി വിള്ളലുകൾ
അലർച്ചയായ്, നിറഞ്ഞൊഴുകുന്ന
മുഖച്ചാലുകളെ ലക്ഷ്യമാക്കി
നടന്ന്, കൂടെ ഇരുന്ന്, ആശ്വസിപ്പിക്കാനല്ല.
കലങ്ങിത്തെളിയുന്ന കണ്ണുകളിൽ,
പടരുന്ന ഞരമ്പുകൾ
ചുമന്നാത്മാവിനന്നമായ്,
തന്നെ കൂട്ടിക്കൊടുത്തവരെ
കണ്ടുനിൽക്കാനാകണം.

ഇരുപതുകാരൻ കടപ്പുറത്തിരിക്കുന്നത്
പതിനാറുകാരി സ്ത്രീയാകുമ്പോഴും
പതിനെട്ടുകാരൻ പുരുഷനാകുമ്പോഴും
അവധിയെത്തിയ അമ്മ, അച്ഛനെ നോക്കി,
നഷ്ടമായ അവകാശത്തിന്
കോടതി കയറിയതോർത്ത് ചിരിക്കാനല്ല.
കടപ്പുറത്തിരിക്കുന്ന
അസ്ഥിയും മാംസവും വേരറ്റ് മുറിഞ്ഞ,
വയറും ഗർഭവും നീക്കം ചെയ്ത രൂപങ്ങൾ
നില തെറ്റി ചിലരുടെ പുറകിൽ
ഓടി നടക്കുന്നത് കണ്ടിരിക്കാനാകണം.

തൊട്ടപ്പുറത്തിരിക്കുന്ന നാലു വയസ്സുകാരി
എന്നെത്തന്നെ നോക്കി പുഞ്ചിരിച്ച്,
നിശ്ചലമായി കൂട്ടിരുന്നു.
ആദ്യമെഴുതുന്ന വരികൾ
നാലുവരി പുസ്തകത്തിൽ പിഴയ്ക്കുമെന്ന്
അവൾ പഠിച്ച് കാണില്ല.

ഇതെഴുതിത്തീരുമ്പോഴേക്കും
ഞാൻ സ്വതന്ത്രനായി വീട്ടിൽ
തിരിച്ചെത്തിയിട്ടുണ്ടാകണം.

എല്ലാം ആവർത്തനങ്ങളായിത്തീരും
എന്ന് ശാഠ്യം പിടിക്കുന്നില്ല.
ഒരിക്കൽ ഞാൻ ഇവളുടെ കൂടെ
ഇറങ്ങിപ്പോയേ മതിയാകൂ,
അതിർത്തി വേലികളില്ലാത്ത
ഞാനായിത്തീരുന്ന രാജ്യത്തിലേക്ക്...

ഊർമ്മിള

ദീപ്തി സജിൻ

ജനകന്റെ
പുത്രിയാണെങ്കിലും ജാനകി
എന്നുവിളിക്കുവാനാരുമില്ല.....

മിഥില തന്നവകാശിയെങ്കിലും
മൈഥിലി എന്നു
വിളിക്കാനുമാരുമില്ല...

വിരഹാഗ്നിയിൽ
നിത്യമുരുകിയൊലിച്ചിട്ടും-
വൈദേഹി എന്നു വിളിച്ചതില്ല....

പാതിവ്രത്യം
തപസ്സായനുഷ്ഠിച്ചിട്ടും-
പതിവ്രതയെന്നാരും ചൊന്നതില്ല....

പതിന്നാലു വത്സരം അടവിയിൽ
വാണിട്ടും-
പതിയെ പഴിചാരി നിന്നതില്ല....

ഭർത്തൃപരിത്യക്തയായവളെങ്കിലും-
ഭർത്തൃ മാതാപിതാ രക്ഷകയായ്....

കൃത്യനിർവ്വഹണഭംഗം വരാതെ
കാക്കാൻ
കൃത്യമായ് നിദ്രയെ പൂജ
ചെയ്തോൾ...

അടവിയിൽ അലയുന്ന ഭർത്തൃ
രക്ഷയ്ക്കായി നിദ്രയിൽനിന്നും വരം
നേടിയോൾ....

ഉത്തമ പുരുഷനാകിയ രാഘവൻ-
കാൽതൊട്ടു വന്ദിച്ച
ശ്രേഷ്ഠയിവൾ...

ഒരു നെടുവീർപ്പിനാൽ
ഒരു ഗദ്ഗദത്തിനാൽ-
പതിതൻ വിയോഗം അമർച്ച
ചെയ്തോൾ...

ഇവളുടെ മാനസം
കണ്ടറിയാനൊരു വാല്മീകി
പോലും ശ്രമിച്ചതില്ല....

ഊർമ്മിളേ നീയാണ്
രാമായണത്തിലെ-
ഉത്തമയായൊരു ദിവ്യരത്നം....

ജനിയിലിളയവളെങ്കിലും
രാഘവൻ ശ്രേഷ്ഠയെന്നോതി
പ്രശംസിച്ചവൾ....

അറിയാതെ പോയോ
അവഗണിച്ചോ നിന്നെ-
അവനിയിലെല്ലാരും മിഥിലപുത്രീ...

അലകടൽ പോലെ നിൻ
മാനസം വിങ്ങുന്നതറിയുന്നു
രാമായണത്തിലിന്നും...

അഴകായി അഴലായി ആർദ്രയായ്

എന്നുമെൻ ഹൃത്തടം നീറ്റുന്ന
നോവാണു നീ....

കനിവായി കരുതലായ് കാരുണ്യ
ഹേതുവായ്
കരളലിയിക്കുന്ന കഥയാണു നീ...

പറയാതെ പോകുന്ന
രാമായണങ്ങളിൽ
അറിയാതെ പോകുന്ന
ത്യാഗപൂർണ്ണ...

ഹൃദയം ഉരുകിയൊലിക്കുമ്പോഴും സ്വയം
അഗ്നിയെപ്പോലെ ജ്വലിച്ചവൾ നീ....

സീതയോളം
പ്രസക്തിയില്ലയെങ്കിലും
രാമനോളം മഹത്വമില്ലയെങ്കിലും...

രാമായണത്തിലൂടെന്നിൽ
നിറയുന്ന ദീപ്തമാം
സ്നേഹമാണൂർമ്മിളേ നീ.....

വരാൽ കുഞ്ഞ്

വെങ്കിടേശ്വരി കെ

ഉടലു മുഴുവൻ
കാട് തിരുകിയവൻ
എന്റെ കുഞ്ഞിനെ
തൊട്ട്, ഉറക്കത്തിലല്ലേടി?
എന്ന് മുഖത്തായുന്നു.
മീൻകൊളുത്തിൽ
ചുണ്ട് കോർത്ത്,
പിടച്ചിലിനെ ഞാൻ
ചായം തേയ്ക്കുന്നു.

കടലിന്റെ നിറം
നീലയെന്നു
കുളിമുറിയിലും
കിണറ്റിലും
കമിഴ്ത്തുന്നു.

മണ്ണിടിച്ചിലുകൾ
ഭൂകമ്പങ്ങൾ
ദുഃസ്വപ്നമെന്ന്
അവൻ നെറുകിൽ
തലോടുന്നു.

ഉറക്കത്തിന്റെ
പാതാളക്കുഴിയിലും

കുഞ്ഞു കരയുന്ന
ശബ്ദം ഞാൻ
കേൾക്കുന്നു.
ഉമ്മകൾ കൊണ്ടവനെന്റെ
കേൾവി മൂടുന്നു.

മൂത്രം നിറഞ്ഞ
വിരിപ്പുകൾ അലക്കി
മനം മടുക്കുന്നു.
ഡെറ്റോൾ വെള്ളത്തിൽ
ചുവപ്പ് മറയുന്നു.

വീട് മുഴുവൻ
ചെമ്പകമണമുള്ള
അഗർബത്തി വിരിക്കുന്നു.

ഉറക്കത്തിൽ
മീനൊന്ന് പായുന്നു.
മുക്കുവൻ വീട്ടിലിരുന്നു
ഇര വെട്ടുന്നു,

കുഞ്ഞ് നിലാവ്
മറക്കുന്നു.
പകല് മറക്കുന്നു...
ചിറക് മറക്കുന്നു...
ഞാൻ വരാൽ പോലെ
ചൂണ്ടക്കൊളുത്തിൽ
തൂങ്ങുന്നു.

രാത്രി അവൻ
ഉടല് മാറുന്നു,
കിടപ്പു മുറി
തിമിംഗലമില്ലാത്ത
കടലാവുന്നു,
മുക്കുവൻ
ചൂണ്ടയിടുന്നു.

കുഞ്ഞ് മരിച്ച
മീനായി കരയുന്നു.

ചരിത്രപുരുഷൻ

നിധിൻ ആർ കല്ലിങ്കൽ

ആവശ്യം കഴിഞ്ഞു
ചവറ്റുകൊട്ടയിൽ ഇടാനാകില്ല
അവിടെ നിന്നാണ്
ഞാൻ വന്നത്.

ഹരിദ്വാറിൽ സന്ന്യാസിയായി
ഒളിവിൽ കഴിഞ്ഞു
വേദോപനിഷത്തുകൾ വായിച്ചു.

തിരശ്ശീലയില്ലാത്ത
ഈ ഒളിജീവിതം
എപ്പോൾ അവസാനിക്കും
എനിക്കറിയില്ല.

മഹാജനപദങ്ങളും
ഇവിടെയുണ്ടായിരുന്നു
മഹാസാമ്രാജ്യങ്ങളും
ഇവിടെയുണ്ടായിരുന്നു

അവിടെ നിന്നാണ്
ഞാൻ വന്നത്
ആളിക്കത്തുന്ന
നളന്ദയെ കണ്ടു

അധികാര ഭ്രാന്തിന്റെ
കളിയിൽ നിന്നും
എന്റെ പലായനം
നിങ്ങൾക്കറിയുമോ?

മാനവരാശിയുടെ
വിപ്ലവത്തെ കണ്ടു
മഹാനാശത്തിന്റെ
വിത്തുകൾ കണ്ടു

ദേശീയതയുടെ ആളിക്കത്തിയ
തീയിൽ ഉയർന്ന
ജനാധിപത്യ ചിന്തയും

കാലത്തിന്റെ ശരശയനം
യുദ്ധാസത്തിന്റെ മന്ത്രങ്ങൾ
ഉരുക്കഴിക്കുന്ന വിഷകന്യക
കത്തുന്ന മനുസ്മൃതിയും.

ഋതുക്കൾ ഞാറ്റുവേലകളും
ഉഴുന്ന ജീവിതങ്ങൾ
തിരുനാമങ്ങൾ ചൊല്ലുന്ന
വാമൊഴിയെ നിനക്കു വന്ദനം.

ഓർമ്മകളിൽ

രജനി രഘുനാഥ്

ജീവിതത്തിന്റെ വീഥിയിൽ
എൻ മനം
ഏകയായ്, നിർന്നിമേഷമായി
നിലകൊള്ളുന്നു.
കാലങ്ങളോളം
സഞ്ചരിച്ചീടുന്നു.
മഴക്കാലവും വേനൽക്കാലവും
വന്നുപോയിട്ടും
നടന്നുനീങ്ങുന്നു ഞാൻ
കാലത്തിന്റെ ഓർമ്മകളിൽ
ഒരു നെയ്ത്തിരിയായി
ഉരുകിത്തീരുന്നു.
കാലമേ.... നീ പറയുക,
എത്രനാൾ നിന്റെ
പാത പിൻതുടർന്നീടും
സുഖവും ദു:ഖവും
നെഞ്ചിലേറ്റി
പോയ്പ്പോയ കാലങ്ങളിലെ-
എൻ ഓർമ്മകൾ
അണയാതെ എന്നും
എൻ മനസ്സിൽ
കാത്തീടുന്നു ഞാൻ....

യാത്രാമഴ

സുനിൽ മുക്കാട്ടുകര

തീവണ്ടിയാത്രയിൽ മഴ പെയ്യുമ്പോൾ,
എപ്പോഴുമസ്വസ്ഥമാവും..

കണ്ടു മടുക്കാത്ത പുഴയരികത്തെ
മരത്തിൽ കെട്ടിയയൂഞ്ഞാൽ
ഒഴുക്കിൽപ്പെട്ട് വ്യാകുലപ്പെടുന്നത്
പകർത്താനാവാതെ
മൊബൈൽക്യാമറ ജീൻസിലിരുന്ന് വിങ്ങും...

പൂഴി ജലം പുതച്ചിടത്ത്
കൊറ്റികൾ കൊക്കുരുമ്മാതെ,
കുഞ്ഞിപ്പരലുകളെ പിടിക്കുന്നത്
മരമറയിൽപ്പെടുംവരെ
കഴുത്ത് തിരിച്ചുനോക്കി പരാജയപ്പെടുന്നതപ്പോഴാണ്...

സ്ഥിരമായി കാണുന്ന നാടോടിപ്പെൺകുട്ടി,
മദിരാശിമരച്ചുവട്ടിൽ
വില്ലൊടിഞ്ഞ കീറക്കുടചൂടി,
വെപ്രാളത്തിൽ സമൂസ തിന്നുന്നത്
ഒരു നിഴൽച്ചിത്രമായേ കാണാനാവൂ...

കോൺക്രീറ്റ്ബെഞ്ചിലെ ഭ്രാന്തൻ
ഇപ്പോഴും മൂടിപ്പുതച്ചുറങ്ങുകയാണോ?!

സംശയിച്ച് ജാലകം തുറന്നാൽ
സഹയാത്രികന്റെ തെറിവിളി കേൾക്കും
കയറിയ നേരം മുതൽ
ഇറങ്ങേണ്ടയിടം തിരഞ്ഞുകൊണ്ടിരിക്കുന്ന
ഒരു വല്ല്യമ്മയോട് വഴക്കിട്ടിരിക്കയാണയാൾ..

ഇടയിലൊരു പാറവിടവുണ്ട്;
അവിടെ പായൽകെട്ടാത്ത
പേരെഴുത്തുണ്ട്;
ആരോ എന്റെ പേരെഴുതിയിരിക്കുന്നു...
ഞാനല്ലതെന്നതിനാലാവാം
കൗതുകത്തോടെ നോക്കിയഹങ്കരിക്കാറുള്ളതാണ്,
അതെങ്ങനെ കാണാനാണ്..?!

ഇടയിൽ നില്ക്കുന്ന ചിലരുടെ ചോദ്യമുണ്ട്..
'എവിടെത്തി..?!'
ലക്ഷണം വെച്ച് വീക്ഷിച്ച്,
വ്യത്യസ്ഥത വരില്ലെന്നുറപ്പിച്ച്,
കണ്ണുറപ്പിച്ച് നോക്കി പറയുമ്പോളയാൾ പറയും:
'ഹൊ! ഇനിയും നൂറ്റമ്പത് കിലോമീറ്റർ പോകണം..'

പെട്ടെന്ന് തീവണ്ടി പിടിച്ചിടും!
മണ്ണിടിച്ചിലോ, മരംവീഴലോ ആയി...
പിന്നെയനവധി വേവലാതികളാണ്...
മിക്കവാറും ഔട്ട് ഓഫ് കവറേജ് ഏരിയയിൽ...

അന്നേരം ഏറ്റവും പ്രിയപ്പെട്ടവരുടെ,
പ്രണയികളുടെ,
അനുവദിക്കപ്പെട്ട വായ്പകളുടെ,
അപകടവിവരങ്ങളുടെ,
മരണങ്ങളുടെ,
ആത്മാർത്ഥതകളുടെ ഫോൺവിളികൾ
സങ്കടപ്പെടും...

മഴ പിന്നെയും പെയ്തുകൊണ്ടേയിരിക്കും..
സ്റ്റേഷനല്ലാത്ത, വീടുകളില്ലാത്ത,
വഴിയില്ലാത്ത ഏതോ വിജനതയിൽ,
തീവണ്ടിയിൽ നിന്നിറങ്ങാനാവാതെ നമ്മളും...

കടലും കരയും ചുംബിക്കുമ്പോൾ

മൃണാൾ പരിയ

നിലതെറ്റിയ കടലിൽ
വരിതെറ്റിയ മീനുകൾ
ജീവന്റെ കരതേടുന്നു

തപ്പുതുടിതാളങ്ങൾ
നിലച്ച കരയിന്ന്
ശൂന്യമാണ്;
മരണത്തെക്കാൾ
വലിയ മൂകത

നീരിനെ തൊടാതെ
തോണികൾ;
വല പുണരാതെ
പുറംകടൽ

തുഴയെറിയാത്ത പകലുകൾ;
കുളിരുകോരാത്തയന്തികൾ
കണ്ണുകളിൽ നിറയുന്ന
നിർവ്വികാരത;
ചുണ്ടുകളിൽ തങ്ങി
തിരിച്ചുപോകുന്ന
വാക്കുകൾ

ചാരം മൂടിപ്പോയെങ്കിലും
മനസ്സിന്റെ അടിത്തട്ടി-
ലെരിയുന്നൊരു കനലുണ്ടിപ്പോഴും.

ഒരിക്കൽ അവിടെയൊരു
മഹാസ്ഫോടനമുണ്ടാകും
എല്ലാം പൊട്ടിത്തെറിപ്പിച്ച്
സ്വാതന്ത്ര്യ പ്രഖ്യാപനമെന്നോണം
മുക്കുവൻ അവന്റെ
കടലിനെ ആഞ്ഞുപുണരും
കടൽ, അതിന്റെ കരയെ
പ്രണയാർദ്രമായ് ചുംബിക്കും.

കവിതകൾ

കൃഷ്ണപ്രസാദ് ചൂരിക്കാട്ട്

വാറണ്ട്

സൂര്യകിരണം നീലാകാശത്ത്
വരച്ച മഴവില്ലിനെ,
മായ്ച്ച് കളഞ്ഞതിന്
കാർമേഘത്തിന് അറസ്റ്റ് വാറണ്ട്.

ലിംഗബുക്ക്

ജനനം ലിംഗബുക്കിലെ
ബി പി എൽ കാർഡിലായതിനാൽ
സ്വപ്നങ്ങളുടെ ആയുസ്സ്,
മാസം രണ്ട് രൂപയിൽ ഒതുക്കേണ്ടിവന്നു

ഫ്രീയിസം

അതെടുത്താൽ ഇത്
ഇതെടുത്താൽ അത്
ഒന്നിന് ഒന്ന് ഫ്രീ
ചെരിപ്പെടുത്താൽ കാല്
വാച്ചിനോ കൈ

പേസ്റ്റിന് പല്ല്
കണ്ണാടയ്ക്ക് കണ്ണ്
കുപ്പായത്തിന് ശരീരം....
ഒന്നെടുത്താൽ മറ്റൊന്ന്
ഫ്രീ എടുത്ത്,
വീട്ടിലെത്തിയപ്പോൾ
മനസ്സ് മാത്രം ഫ്രീസായി

വിശപ്പ്

ശിൽപ നിരവിൽപുഴ

മീശയുള്ള ചോന്നഷർട്ടുകാരന്റെ
നാലാമത്തെ തൊഴിയെന്റെ
അടിവയറ്റിലാണ് കൊണ്ടത്.
ആഴത്തിലൊരാണി കേറുംപോലെ
പൊള്ളൽ ഉണ്ടായപ്പോൾ,
ഇരുകൈയുമെടുത്തു ഞാൻ
വയറ്റത്തു ചേർത്തുപിടിച്ചു..

കൂട്ടത്തിലേറ്റവും നീളമുള്ള
ഒരുത്തനെന്റെ കൈകൾ
വിടുവിച്ചു പിന്നിലൊരു
ചരട് കൊണ്ടുരാ
കുരുക്കിട്ട് മുറുക്കി.
ചെറുപ്പത്തിൽ ഞാനും
അനിയത്തിയുമറിയാതെ
തട്ടിലെ പലകയിൽ അമ്മയുടെ
സാരിത്തുമ്പ് കൊണ്ടച്ഛൻ
കെട്ടുന്ന അതേ കുരുക്ക്.
എത്ര വലിച്ചാലും പൊട്ടിക്കാൻ
മെനക്കെട്ടാലും വീണ്ടും
കുരുങ്ങുന്നവ.

എന്തിനാണത് കെട്ടിയതെന്ന്

എത്ര ചോദിച്ചിട്ടും അച്ഛനന്ന്
മറുപടി തരുമായിരുന്നില്ല.
ഞങ്ങൾ കണ്ടത് കൊണ്ടായിരിക്കാം
പലപ്പോഴുമതേ ശീല തിരികെ
ഭദ്രമായി അമ്മയുടെ കീറിയ
ഒരൊറ്റ സാരിക്കൊപ്പം
ചേർത്തുവച്ചത്..

ഏതോ ഒരു മഴ പെയ്യുന്ന
രാത്രിയിൽ അവസാനമായി
ആ കുരുക്കൊന്നുകൂടെ വീണു.
അതിനു താഴെ രണ്ടല്ല
നാലു കാലുകൾ
തൂങ്ങിക്കിടക്കുന്നത് കണ്ടാണ്
ഞാനുമനിയത്തിയുമുണർന്നത്..
ബാക്കിവന്ന കീറിയ സാരി
ആർക്കും വേണ്ടാതെ പഴകി
ദ്രവിച്ചു കിടന്നു..

വേറൊരുത്തനെന്റെ കാലുകൾ
പിടിച്ചു വലിച്ചിഴച്ചു.
അടുത്ത വീട്ടിലെ കളിക്കൂട്ടുകാരൻ
ചുള്ളിക്കൊമ്പെന്ന് വിളിച്ചു
കളിയാക്കിയ മെലിഞ്ഞുണങ്ങിയ
അതേ കാലുകൾ.
മണ്ണിലുരയുമ്പോൾ എന്റെ
കണ്ണുകളിൽ ഇരുട്ട് കേറിത്തുടങ്ങി.
കാതിൽ ചീവീടിന്റെ
ശബ്ദമിരമ്പുന്നുണ്ടായിരുന്നു.
പണ്ടുറക്കമിളച്ച രാത്രികളിൽ
വയറ്റിൽ ആളുന്ന നിലവിളി
ശബ്ദത്തിന്റെ കൂടെ കേട്ടു
മരവിച്ചതുപോലെ.

അവരെടുത്ത സെൽഫിക്കൊപ്പം
ഞാനൊരരണ്ട ചിരി
വരുത്താൻ ശ്രമിച്ചു.
പണ്ടുതൊട്ടേ ചിരിക്കാൻ
നോക്കുമ്പോൾ എന്റെ

കവിളുകൾ
വേദനിക്കുമായിരുന്നു.
കരയാൻ മാത്രമാണ്
ശീലിച്ചിരുന്നത്....
അതുകൊണ്ടാവാം..

കടുത്തൊരടി എന്റെ
തലയ്ക്ക് പിന്നിലേറ്റപ്പോൾ
അവസാനത്തെ കാഴ്ച
കണ്ടെന്റെ കണ്ണടഞ്ഞു.
വാർന്നൊഴുകുന്ന
കുത്തുന്ന മണമുള്ള
എന്റെ ചോരയ്ക്ക് ആ
ചോന്നഷർട്ടിന്റെ
തിളക്കമുണ്ടായിരുന്നില്ല,
മങ്ങിപ്പോയതാവാം..

എങ്കിലുമെന്നെയിനി
വിട്ടയച്ചാലോ എന്ന
വിങ്ങലിൽ കെട്ടിയ
കൈപ്പിടിയിൽ ഒതുക്കിയ
ഒരിറ്റു വറ്റ്
ഞാൻ വിട്ടതേയില്ല..
എങ്ങാനും ഞാൻ
തിരിച്ചുപോയാൽ
കാത്തിരിക്കുന്ന
പൊന്നനിയത്തിക്ക്
കണ്ണീരുപ്പുള്ളതെങ്കിലും
ഒരുനേരത്തേക്കുള്ള
വകയായിരുന്നിത്..
"ഞാൻ കള്ളനല്ല
ഏമാന്മാരെ,
പയ്ച്ചിട്ടാണ്.."

മനുഷ്യൻ

ആദിത്യ മോഹൻ

ആശുപത്രി വരാന്തയിൽ
അച്ഛൻ അങ്ങോട്ടു
മിങ്ങോട്ടും നടന്നു
എന്ന് അമ്മമ്മ പറയും.
ആണോ പെണ്ണോ
എന്നറിയാഞ്ഞിട്ട്.....
അമ്മാവനും നടന്നത്രെ...
ഞാൻ പിറന്ന അന്ന്
എല്ലാവർക്കും നല്ല
ഉത്സാഹമായിരുന്നു.
വീട്ടിലൊരു ആൺതരി...
കൊള്ളിവെക്കാൻ എനിക്കൊരു
ആളായി കുഞ്ഞമ്മേ എന്ന്
രണ്ടു പെണ്മക്കളുള്ള എന്റെ
അമ്മമ്മ പ്രസ്താവിച്ചു.

ഞാൻ വളർന്നു...
പണ്ടുള്ളവർ പറയുമ്പോലെ
സ്ത്രീധനം വാങ്ങിക്കെട്ടാൻ
പാങ്ങുള്ള ഒരു ആണായി..
എന്ന് ആശ്വസിച്ച വീട്ടുകാർക്ക്
മറുപടിയായി എന്റെ
സ്ത്രീത്വം പുറംലോകം

അറിഞ്ഞു....
സ്ത്രീ തന്നെ ധനം
എന്ന കച്ചവട തന്ത്രം
പ്രയോഗിച്ച ഏവരും
ഒന്നും മിണ്ടിയില്ല..

മനുഷ്യരെ മനുഷ്യരായി
മാത്രം കാണാൻ
നാമിനി എത്രദൂരം
സഞ്ചരിക്കേണ്ടിരിക്കുന്നു......

ആറു മണിക്കുശേഷം പുറത്ത്
പോകരുതെന്ന്
പെണ്മക്കളെ പഠിപ്പിക്കുന്ന
അമ്മാവന്മാർ എന്റെ
നേരെയും വന്നു....
വാക്കുകൾ കൊണ്ട്
കുത്തിനോവിച്ചു.....

ചില അവഗണയുടെ
നോട്ടങ്ങൾ
കളി പറച്ചിലുകൾ...
മനസ്സ് നൊന്ത
നിമിഷങ്ങൾ...

എനിക്കു എന്നെ
ഒരുപാട് ഇഷ്ടമാണ്....

തീണ്ടാരിപ്പെണ്ണ്

ആരിഫ അബ്ദുൽ ഗഫൂർ

അരയിൽ കുരുത്തോല കെട്ടി
കരളിൽ കനിവു കത്തി
കവിൾത്തട്ടിൽ ചുട്ടികുത്തി
കണ്ണുകൾ മിന്നൽപ്പിണറാക്കി
മനക്കോട്ടയിലുറങ്ങുന്നെൻ റാണി
അടിയാനിൽ ഉടയോൻ
പുളഞ്ഞു കയറീടുന്നു
നെഞ്ചിലൊരു ചെണ്ടമേളം
നെറികേടാൽ ആഞ്ഞുമുട്ടീടുന്നു
കുടൽമാല അറുത്തുമാറ്റുന്നു
കാരിരുമ്പിൻ കരുത്തായി
ഉറഞ്ഞാടുന്നു
ചുടലഭസ്മമാക്കുന്നു

എവിടെ നാം പിഴച്ചുപോയ്
അന്തിത്തിരി കൊളുത്തവേ
തമ്പുരാൻ
ഉറയൂരി, തലയറുത്ത്
മേഘഗർജ്ജനം മുഴക്കീടവേ
മേനിപിളർന്നീടുന്നു
കെടാശാപം ഇടിത്തീയായി
പതിഞ്ഞീടുന്നു
കൈകൾ കരുത്തേകുന്നു

കണ്ണിൽ വിളക്കേകുന്നു
ഇരുകരം കൂപ്പി നിന്നെ
തൊഴുതീടുന്നു
തറവാട് തലതല്ലി
കരഞ്ഞീടുന്നു.

ചുവന്ന ഭൂഖണ്ഡത്തിന്റെ ഒരു മരണം

അനഘ പി എസ്

താനെ തുഴയുന്ന വഞ്ചിയിൽ
രണ്ടു പേർ,
മഞ്ഞിൽ ഒഴുകി
മഴയത്ത് പൊള്ളി
വേനലിൽ മരവിച്ച്
പാരിജാത പൂക്കളുടെ
സുഗന്ധം പങ്കുവയ്ക്കുന്നു.

ചുവന്ന ഭൂഖണ്ഡത്തിലേത്
ഒരു തുറന്ന ജാലകമാണ്
ഇരുട്ട് വിളക്കിന്റെ വെളിച്ചം
അവരെ ചേർത്ത് നിർത്തുന്നു
താനെ തുഴയുന്ന വഞ്ചിയിൽ
രണ്ട് നിഴലുകൾ
ഹൃദയത്തിനുള്ളിൽ
പൂക്കൾ വിരിയിക്കുന്നു
സുഗന്ധം പരത്തുന്നു.

അവൻ ചുംബിക്കുന്നു
പിൻ കഴുത്തിലൂടെ
അവൻ കൈ വിരലിന്റെ താളത്തിൽ
ചുവന്ന പുഴ ഒഴുകുന്നു.
ചുവന്ന പുഴ ചുറ്റും കറങ്ങി

ചുഴിയായി,
ചുഴലിയായി,
നിഴലുകളെ മൂടി
ചുവന്ന ഭൂഖണ്ഡത്തിലേക്ക്
അലിഞ്ഞിറങ്ങുന്നു
ഉറവ വറ്റുന്നു,
വീണ്ടും പൂക്കൾ വിരിയുന്നു
ചുവന്ന ഭൂഖണ്ഡത്തിന്റെ
ഒരു മരണം
ഇങ്ങനെ അടയാളപ്പെടുത്തുന്നു.

മരണമില്ലാത്തവർ

അശ്വതി ജി ആർ

ജനിച്ചാൽ പിന്നെ
കണ്ണാടികൾ മരിക്കുന്നേയില്ല.
കല്ലുപോലൊരു നോട്ടത്തിൽ
ചിന്നിച്ചിതറിയെന്ന് തോന്നുമെങ്കിലും,
വീണു കിടക്കുന്ന ഓരോ കഷണത്തിലും
ഓരോ പ്രപഞ്ചം
പ്രതിഫലിക്കുകയായിരിക്കും.

ഒരായുസ്സിന്റെ ചിന്തകൾ ചവച്ചുതുപ്പി
ചിതകൾ പരസ്പരം മുറുമുറുക്കുന്നത്;
തൊണ്ട വറ്റാത്ത തോക്കുകളിൽ
ജീവിതം ഉരുണ്ടുപോകുന്നത്;
നാവും നാടുമില്ലാത്തവർ
കാലത്തെ കുഴിച്ചെടുക്കുന്നത്;
അതിർവരമ്പുകൾക്കുമീതെ
അതിജീവനത്തിന്റെ കൈകളുയരുന്നത്;
പൂക്കൾ കരിഞ്ഞ്
പുല്ലുവളർന്നൊരു മണ്ണിൽ
ഞരമ്പുകൾ വേരുകളാക്കി
ഒരു മരമുണ്ടാകുന്നത്.

കണ്ണാടികൾ മരിക്കുന്നേയില്ല.
പകലിനെ മറവുചെയ്യുന്ന മണ്ണിൽ
ചില്ലുകൊണ്ടൊരു ഭാഷ അതിനിയും
പതിപ്പിച്ചുകൊണ്ടേയിരിക്കും.

ചില താളുകൾ അടയാളപ്പെടുത്തലാകുമ്പോൾ

സ്വപ്ന ജയൻസ്

പ്രണയപുസ്തകത്തിന്റെ
അവസാന താളും വായിച്ചു
മടക്കിയപ്പോഴാണ്
മുൻവിധികളൊന്നുമില്ലാത്ത
പുതിയ അദ്ധ്യായമായി നീ മാറിയത്

വായിച്ചു മടക്കിയ താളുകളിലൊക്കെ
പ്രണയം മാംസത്തിനു വഴി മാറുന്നെന്ന തോന്നലുകളിലാണ്
മനസ്സിനെ ആഴത്തിൽ
മുറിവേല്പിച്ച്
കുഴിച്ചു മൂടിയത്....

സ്നേഹത്തിന്റെ
അടക്കിപ്പിടിക്കലുകളിൽ
ശ്വാസം നിലച്ചും
ഉടലു വീർപ്പുമുട്ടുന്നതും
കുറിച്ചിട്ടതൊക്കെയും കീറി
കാറ്റിൽ പറത്തിയ
എത്ര താളുകൾ

സ്നേഹം കരുതലാകുന്നതും
തണലാകുന്നതും
ചേർത്തു നിർത്തലാകുന്നതും

ഹൃദയം കൊണ്ട് വായിച്ചത്
നീ കുറിച്ചിട്ട പുതിയ
താളുകളിലായിരുന്നു....

നിലച്ചുപോയ തൂലിക പുനർജ്ജനി
മോഹിച്ചതും
നീ ഹൃദയം കൊണ്ട് അരികിലാണെന്നറിഞ്ഞപ്പോഴായിരുന്നു....

ഇനിയും പുതിയ താളുകളിൽ
മഷി പടർത്തുന്നത്
പ്രണയത്തിന്റെ പുതിയ
ഇതിഹാസങ്ങൾ സൃഷ്ടിക്കാനല്ല
തളർന്നു പോകുന്ന നിമിഷങ്ങളിൽ
ഒരു വാക്കുകൊണ്ടെങ്കിലും
ചേർത്തു പിടിക്കാൻ നീയുണ്ടാകുമെന്ന
ആത്മബോധത്താലാണ്

അവിടെയും
ഇതുകൂടി ആഴത്തിൽ കുറിച്ചിടട്ടെ
ഉടലു പങ്കിടാനല്ല
ഉയിരു പങ്കിട്ട്
ഞാൻ കുറിച്ചു പോകുന്ന
താളുകളിൽ ജീവൻ തുടിക്കുന്ന
കവിതയാകുവാൻ
ഹൃദയം കൊണ്ടെങ്കിലും
അരികിൽ നീയുണ്ടായാൽ മതി.....

എന്നും വേദനയാണ്

പഞ്ചമി ബി പി

അവിടെയൊരു കൊള്ളി വയ്ക്കണം...
തലയിണ മാതിരിയൊന്ന്...
അതില്ലാതെ കിടക്കാനേ പറ്റില്ല..
ഓൾക്കെന്നും നടുവേദനയാണ്...

ആദ്യം നടു കുത്തിപ്പിടിച്ച ദിവസം
ഓർമ്മയിലേ ഇല്ലെന്ന്
നെടുവീർപ്പിടുന്നോള്...
കുത്തി തുളച്ചോണ്ടത്
വെളീല് വരുന്ന് തോന്നുന്ന
പിന്നത്തെ നാല് രാവും പകലും
കൃത്യമായി ഓർക്കും...

ഏതോ ഒരുത്തന്റൊപ്പം
ബൈക്കേല് കണ്ടുന്ന്
ആരോ പറഞ്ഞതും കേട്ട് വന്ന അപ്പന്റെ
ചവിട്ട് കിട്ടിയേപ്പിന്നെ
എന്നും നടുവേദനയാണെന്ന് ഓള് പറയും...

ബസില് നിക്കുമ്പോ...
ക്ലാസില് ഇരിക്കുമ്പോ...
അടുക്കളേല് പണിയെടുക്കുമ്പോ...
കിടക്കയില് തിരിയുമ്പോ...

മുറ്റമടിക്കുമ്പോ... തുണിയലക്കുമ്പോ...
നടുമേല് കൈ വെക്കാതെ
അനങ്ങാനേ മേലെന്നാവും...
വേലയെടുക്കാനുള്ള മടിയെന്ന് അമ്മേം
അറ്റൻഡൻസ് തരില്ലെന്ന് ടീച്ചറും...
അങ്ങോട്ടെണീക്ക് കൊച്ചേ
നടു തീരെ വയ്യെന്ന്
ബസിലൊരു അമ്മായിയും അവളെ ആട്ടും...

പകൽ കണ്ടു തീർത്ത
നീലച്ചിത്രത്തിന്റെ
കടുപ്പത്തിനൊപ്പമെത്താഞ്ഞിട്ട്
നാശമെന്നവളെ തലേരാത്രിയും
അയാൾ വലിച്ചെറിഞ്ഞതോർക്കും
നടുവേദനയോളം വലിയ
വേദനയല്ലതെന്ന്
അവളവളോട് തന്നെ പറയും...

അര കൂടിയെന്നും ഉപ്പ് പോരെന്നും
കടുക് പൊട്ടിയില്ലെന്നും
എച്ചിൽ പാത്രം പോലും ഒഴിഞ്ഞിരുന്നിട്ടും
ഇന്നു ഇഡ്ഡലിയോ എന്ന്
ചോദിക്കുമ്പോഴൊക്കെ
ഇന്നലെ പുട്ടും മിനിഞ്ഞാന്ന് ദോശയും
ആയിരുന്നെന്ന് അവള് നടു തടവും...

സുഖമായിരുന്നല്ലോ ന്ന്
അവര് മാത്രം പറയാറുള്ള
പേറിന്റെ നാലാം നാൾ
അവള് നിലം തുടയ്ക്കും...
അന്ന് മുതൽ ആയമ്മയ്ക്ക്
വല്ലാത്ത നടുവേദനയാവും...
അടുക്കളേൽ നിന്നവൾ തൊട്ടിലാട്ടും...
എന്റമ്മയുണ്ടായെങ്കിലെന്ന്
നടു തടവും...

തല്ലിപ്പതം വരുത്തി
തെറിക്കുന്നവനോട്
നടുവേദനിക്കുന്നെടോന്ന്

അവൾ ഉറക്കെ കരയും...
ചായയും പത്രവും കണ്ണടയും
കൈയിൽ കൊടുത്ത് തിരിയുമ്പോഴും...
എടിയേ ന്നുള്ള വിളിക്ക്
അവൾക്ക് നടുവേദനിക്കും...

ഓരോ ചുമടുമിറക്കുമ്പോൾ
ഇളകിപ്പറിയുന്ന നടുവിനെ
താങ്ങാൻ അവൾ ഇരിപ്പിടം തേടും...
നടത്തത്തിനെന്തൊരു
വേഗമാണെന്ന്
അന്തിച്ചു നിന്നവരോട്
കൊട്ടേന്റെ എണ്ണത്തിനാണ് കാശ് ന്ന്
അത് ചെമ്മണ്ണായാലും
ചാണകമായാലും ന്ന്
ഓള്ടെ ശബ്ദം ഉരുണ്ടുരുണ്ട് പോകും...

ഓൾക്കെന്നും നടുവേദനയാണ്...
പന്ത്രണ്ടിലും പതിനെട്ടിലും
ഇരുപത്തിമൂന്നിലും അമ്പത്താറിലും...
പേറ് നിർത്തീട്ടും ചോപ്പ് ഒഴുകാതായിട്ടും
ആയമ്മ മരിച്ചിട്ടും
തൊഴിക്കാനും തെറിക്കാനും
ആളില്ലാതായിട്ടും
ഓൾക്കെന്നും വേദനയാണ്...

തോണ്ടികൾ

സംഗീത

നെടിയെ നീട്ടിയൊരു
നോട്ടമെൻ വലംകൈയിൻ ചുണ്ടുവിരൽ മീതെ വീണു
കുറിയവനായ്
അതിന്നഗ്രം പലകുറി തേഞ്ഞിരിക്കുന്നതും ഞാനറിഞ്ഞു
ചിന്തിച്ചതില്ല പിന്നൊട്ടുമേ ബൈക്കുമായി പാഞ്ഞു ഞാൻ ആശുപത്രിയിലേക്ക്
ഒ പി എടുത്തു പിന്നവിടൊരു മൂലയിൽ ആസനമുറപ്പിച്ചങ്ങിരുന്നു
പോക്കറ്റിൽ നിന്നുമെൻ തോണ്ടുപലകപൊക്കി തോണ്ടാൻ തുടങ്ങി അങ്ങുമിങ്ങും
ഇടത്തും വലത്തും മുന്നിലും പിന്നിലും ആരെന്നുമെന്തെന്നുമറിഞ്ഞതില്ല
ഊഴമടുത്തപ്പോൾ ചെന്നുഞാനൊരു നാലുകാലിമേൽ ഇരുപ്പുറപ്പിച്ചു.
വിരൽ നീട്ടാനോങ്ങുമ്പോൾ വലംകൈയിൻ വിരൽ പാതിയും തേഞ്ഞു തീർന്നൊരു ഡേ
ഞങ്ങൾ പരസ്പരം തോണ്ടികളായതോ?
തേമാനം ലോകത്തെ ബാധിച്ചതോ?

www.ingramcontent.com/pod-product-compliance
Lightning Source LLC
LaVergne TN
LVHW100308051026
849517LV00006B/2224
9789393468857